நிழல் படம் நிஜப் படம்

யுகன்

இயற்பெயர்: எஸ். சுரேஷ் கண்ணன். பார்மசியில் பட்டம் பெற்றவர். நற்றிணை பதிப்பகத்தின் பதிப்பாளராக தமிழின் நவீன இலக்கிய ஆளுமைகளின் படைப்புகளை மிக உயர் தரத்தில் பதிப்பித்து வருபவர்.

சினிமா பாரடைசோ, சில்ட்ரன் ஆஃப் ஹெவன், லைஃப் இஸ் பியூட்டிஃபுல் திரைக்கதைகளை தமிழில் மொழி பெயர்த்தவர். உலக சினிமா குறித்த 8 அறிமுக நூல்களை எழுதியுள்ளார். மாற்று சினிமாவில் ஆர்வம் கொண்ட இவர், தற்பொழுது திரைப்படத்துறையில் தீவிரமாக இயங்கி வருகிறார்.

நிழல் படம் நிஜப் படம்
● அரசியல் திரைப்படங்கள்

யுகன்

நற்றிணை பதிப்பகம்

நிழல் படம் நிஜப் படம் * யுகன் * முதல் பதிப்பு: டிசம்பர் 2016
* வெளியீடு: நற்றிணை பதிப்பகம், * எண்: 6/84, மல்லன்
பொன்னப்பன் தெரு, திருவல்லிக்கேணி, சென்னை – 600005.

Nizhal padam Nijap padam * Ugan * First Edition: December 2016
* Size: Demi 1/8 * Paper: 18.6 kg maplitho * Pages: 168 * Copies: 1200
* Published by Natrinai Pathippagam, No. 6/84, Mallan Ponnappan Street, Triplicane, Chennai-600005 * Phone : 044-2848 2818 * Mobile: 90956 91222
* E-mail: natrinaipathippagam@gmail.com
* Website: natrinaipathippagam.com

* Printed at: Sai Thendral Printers, Chennai - 600005 * Mobile: 90954 91222, 90956 91222
* E-mail: saithendralprinters@gmail.com

* இணையம் மூலம் புத்தகம் வாங்க : www. natrinaibooks.com

* மதுரை கிளை: நற்றிணை புக் சென்டர், 46A/1, மேல வடம்
போக்கி தெரு, (கூடலழகர் பெருமாள் கோவில் அருகில்),
மதுரை – 625 001. செல்: 9750972043

முன்னுரை

மனித குலம் இதுவரை கண்டுபிடித்துச் சேர்த்து வைத்திருக்கும் பண்பாட்டு விழுமியங்கள் அனைத்தையும் அழிக்கும், வெகு சீக்கிரத்தில் அழித்துவிடும் ஆற்றல் யுத்தங்களுக்கு உண்டு. ஒரு தேசம் இன்னொரு தேசத்தின் மேல் படையெடுக்கிறது என்பதன் அர்த்தம், எதிரி தேசத்து மக்கள் மேல் நிகழ்த்தப்படும் படையெடுப்பு மாத்திரம் அல்ல, மாறாக எதிரி தேசம் என்று கருதப்படும் அத் தேசத்தின் பண்பாட்டு விழுமியங்களுக்கு எதிராக நடத்தப்பட்டு, நாகரிகத்தின்மேல் நடத்தப்படும் யுத்தமாகவும் புரிந்துகொள்ளப்பட வேண்டும். அத்தோடு எந்தப் படையெடுப்பும், மானுடம் என்பதற்கு எதிராக எடுக்கப்படும் நடவடிக்கை என்பதை மனிதகுலம் புரிந்துகொள்ளும் சந்தர்ப்பங்கள் இன்று உலகமுழுதும் நடந்துகொண்டிருக்கின்றன.

அண்மைக் காலத்து உதாரணம், பக்கத்தில் இருக்கும் இலங்கையில் நிகழ்ந்த தமிழர்க்கு எதிரான இன அழித்தொழிப்பு போர். நேற்றைய உதாரணம், ஹிரோஷிமா, நாகசாகி. ஜப்பானின் இந்தப் பகுதிகளில் இன்றும்கூட அணுக்கதிரின் வீச்சு மட்டுப் பட்டுவிடவில்லை. உலகத்தின்மேல் உலக மக்களுக்கு என்று பொதுவாகப் பெய்கிற மழை நீரும், அந்நீர் வரப்பெடுத்து ஓடுகிற ஆற்றுநீரையும் அடுத்த மாநிலத்துக்குத் தரமறுக்கும் மனோ பாவமும்கூட ஒருவகையில் போர்க்குணம் என்கிற வக்கிர குணமே ஆகும்.

வியட்நாம்மீது படையெடுத்த அந்தவகை குரூரத்துக்கே கொஞ்சமும் குறைவில்லாதது ஒரு குடும்பத்துக்குள் நிகழ்கிற சகோதரச் சண்டை, சொத்துத் தகராறுகள், அரசியல் மோதல்கள்.

மனிதர் ஒருவரைஒருவர் பகைக்க எதுவும் காரணமாக இருக்க முடியாது. மனதுக்குள் ஈரம் வற்றிப் போய்விட்டதன்று. உலகத்தின் அனைத்து மொழிக் கலைப் படைப்புகளும் தொடர்ந்து

பேசிக்கொண்டிருக்கும் இடம் இதுதான். வில்லும் அம்புமாக, கத்தியும் ஈட்டியுமாக இருந்த ஆயுதங்கள், இன்று விஞ்ஞானத் தொழில் நுட்பத்தின் விளைச்சலில் ஒரு பெரும் பாய்ச்சலாக மிக நவீனமாக மனிதர்களைக் கொன்று குவிக்கும் ஆயுதங்களாக வெடிக்கக் காத்திருக்கின்றன. இன்றும் ஒரு உலக யுத்தத்துக்கு, வளர்ச்சி அடைந்ததாகச் சொல்லிக்கொள்ளும் நாடுகள் துடித்துக் கொண்டிருக்கின்றன. மூன்றாவது உலக யுத்தம் வெடிக்கும் என்றால், நான்காவது உலக யுத்தம் ஒன்று நிகழ உலகமே இருக்காது. உலகம் பூண்டற்றுப் போகும்.

நம் தலைமுறைக் கலைகளில், மகத்தான கலையாக உருவாகி இருப்பது சினிமா. ஒரு காலத்தில் இசை, ஓவியம், கதை, கவிதை, இன்று சினிமா, நம் ஆதிக்கலைகளின் அனைத்து அற்புதங்களை யும் தன்னுடன் சேர்த்துக்கொண்டு விஞ்ஞானத் தொழில் நுட்பத் துணையுடன் உருவாகி இருக்கிறது. கலைக்கே உரிய விழுமியங் களை, அறங்களை சினிமா கடந்த நூறு ஆண்டுகளாகப் பேசிக் கொண்டே இருக்கிறது, சினிமாவுக்கே உரிய தனித்துவமான மொழியில்.

போர், சண்டைகள், மோதல்கள் என்று மனித மற்றும் இனப் பகைகள் பற்றிய இந்திய உலக சினிமாக்களின் அறிமுக மற்றும் விமர்சனத் தொகுப்பு இந்த நல்ல நூல். மொத்தம் 27 சினிமாக்கள் பற்றிய 27 கட்டுரைகள். ஒரு சினிமா என்ன சொல் கிறது; எப்படிச் சொல்கிறது; அந்த சினிமா யார் பக்கம் நிற்கிறது; அந்த சினிமாவின் முக்கியத்துவம் என்ன ஆகியவை பற்றிய எளிமையான கட்டுரைகள் இவை. எளிமையாகச் சொல்ல வேண் டும் என்ற எண்ணத்துடன் அப்படிச் சொல்லப்பட்டவை. சினிமா பற்றிய காத்திரமான பார்வையும் கருத்தும், மொழியும் உள்ளவர் யுகன். கடந்த இருபது ஆண்டுகளாக உலகத்தின் உன்னதமான சினிமாக்களைத் தேடித் தேடிப் பார்த்து ரசித்து அவற்றில் பல வற்றைத் தமிழில் நூல் வடிவத்தில் தந்தவர். நம் தமிழ்ச் சூழலில் அந்த உலக சினிமாக்கள் போல ஒன்றேனும் வந்துவிடாதா என்று தொடர்ந்து ஆசைப்பட்டுக்கொண்டு இருப்பவர். அதற்காக அச்சு ஊடகத்திலும் உழைத்துக்கொண்டிருக்கிறார். இந்தப் புத்தகத்தைத் தோய்ந்து படித்த வாசகர், கண்டிப்பாக நல்ல சினிமா பற்றிய உணர்வைப் பெறுவார், நல்ல உலகசினிமா பக்கம் நகர்வார் என்று நிச்சயமாக நான் நம்புகிறேன். அதுவே இந்த நூலின் நோக்கம்.

மண்டேலாவைப் பற்றிய சினிமாவில் தொடங்குகிறது, முதல் கட்டுரை. இந்த சினிமாவை நானும் பார்த்திருக்கிறேன். மண்டேலா என்கிற போராளியின் போர்க்குணம், போராட்டமே வாழ்க்கை என்றான மனிதனைப் பற்றிய உரையாடலைக் காட்சி ரூபமாக நிகழ்த்தும் இந்தப் படத்தில் ஒரு காட்சி, வெள்ளைக்காரச் சிப்பாய்களிடம் தன் பின்புறத்தைக் காட்டிக் கேலி செய்கிறார்கள் மண்டேலாவின் பேரன்கள். அப்போது மண்டேலா சொல்வார்: 'இதைத்தானே வெள்ளையர்கள் நமக்குச் செய்தார்கள். நாம் அதை விட உயர்ந்ததைச் செய்ய வேண்டாமா?' என்று கேட்பார்.

'தி கிரேட் டிக்டேட்டர்' என்ற சாப்ளின் பற்றிய அருமையான கட்டுரை இந்த நூலில் இருக்கிறது. யுத்தத்துக்கு எதிராக மானுடத் துக்கு சார்பாக வலிமையாகப் பேசிய கலைப்படைப்பு இது. ஹிட்லர் புதைக்கப்பட்ட அந்த ஆறடி நிலத்தின் அடி மண்ணும் கூட ஹிட்லரை வெட்கத்துடன்தான் தாங்கிக்கொண்டிருக்கும்.

ஹிட்லரின் கொல்லப்பட வேண்டியவர்களின் பட்டியலில் சாப்ளின் இருந்தார். சாப்ளின் போன்றோரைக்கூட ஹிட்லர் கொல்வான் என்றால் சாப்ளினை அவன் சரியாகப் புரிந்துகொண் டான் என்பதே அர்த்தம். ஹிட்லர் – சாப்ளின் நடத்திய திரை யுத்தமே அந்தப்படம். சாப்ளின் கலைதான் வென்று நின்றது.

சாப்ளினின் மகத்தான உரையுடன் படம் முடியும்போது பார்க்கும் நம் இதயம் கனக்கிறது. கொல்லப்பட்டவர்களுக்காக நம் மனம் அழுகிறது. 1940இல் படம் வெளியாயிற்று. இன்று 75 ஆண்டுகள் ஆன பிறகும் அந்த உரையும் படமும் மனித குலத் துடன் உரையாடல் நிகழ்த்திக்கொண்டே இருக்கிறது.

'இந்தப் படத்தை ஹிட்லர் பார்த்தாரா என்றால், பார்த்தார், இரண்டுமுறை பார்த்தார். அவர் மனமாற்றம் அடையவில்லை. ஆனால், படத்தைப் பார்த்துவிட்டு அழுதிருக்கிறார்' என்று எழுது கிறார் யுகன்.

மலையாள கிளாசிக்கான சந்தேசம், சர்வாதிகாரி பற்றிய தி டிக்டேட்டர், ராணுவ அமைச்சரின் அதிகார துஷ்பிரயோகம் பற்றிய சினிமாவான லெமன் ட்ரீ, விலங்குப் பண்ணை என்று தமிழில் க.நா.சுவால் மொழிபெயர்க்கப்பெற்று வெளியான நாவல் சினிமாவாக அனிமல் ஃபார்ம், காந்தியைத் தந்தையாகப் பெற்ற ஹரிலால் பற்றிய படம், இங்கிலாந்து பிரதமர் தாட்சரின் வாழ்க்கைச் சித்திரம், மார்டின் லூதர் கிங்கின் சரித்திரப் புகழ் பெற்ற பேரணியான செல்மா, மாஞ்சி, லிங்கன் என்று உலகின்

முக்கியப் படங்களைப் பதிவு செய்திருக்கிறது காலத்துக்குத் தேவையான இந்தப் புத்தகம்.

இந்த உலகச் சிறந்த படங்களின் பட்டியலில் மலையாளம், இந்திப் படங்கள் உள்ளன. ஒரு தமிழ்ப்படம் இல்லை. தமிழ் வாழ்க்கையைச் சொன்ன தமிழ்ப்படம்! ஒரு தமிழன் என்ற முறையில் இது எனக்கு மானக்குறைவாக இருக்கிறது.

யுகனின் அக்கறை, தமிழிலும் அந்த உலக உயர்வகைப் படங்கள் வரவேண்டும் என்பது. இந்தப் புத்தகம் எந்தத் தமிழக இயக்குநரையாவது தொட்டு, உலகச் சிறப்பை நோக்கி அவரை உந்தித் தள்ளும் என்று யுகன் எதிர்பார்த்துக்கொண்டு காத்திருக்கிறார்.

அவர் எண்ணம் பலிக்கட்டும், நல்ல சிந்தனை, நல்ல எதிர்பார்ப்பு காலதாமதம் ஆனாலும் ஒரு காலத்தில் சாத்தியப்படும் என்று நானும் நம்புகிறேன்.

தோழமையுடன்
பிரபஞ்சன்
சென்னை – 5.

என்னுரை

'நிழல் படம் நிஜப் படம்' ஜூனியர் விகடனில் தொடராக வெளிவந்த அரசியல் சினிமாக் கட்டுரைகளின் தொகுப்பு நூல். ஜூனியர் விகடன் ஆசிரியர் ப. திருமாவேலன் என் மீது கொண்ட அன்பும் நம்பிக்கையும்தான் இத்தொடரைச் சாத்தியமாக்கியது. அவருக்கு நான் நன்றிக்கடன் பட்டுள்ளேன்.

இந்தத் தொடரை எழுதிய நாட்கள் மிகுந்த மகிழ்ச்சிக் குரியவை. ஒரு ஆறு மாத காலம் அரசியல் திரைப்படம் பார்ப்பது, பார்த்தவற்றில் சிறந்ததைத் தேர்ந்தெடுத்து எழுதுவது என்று இருந்தேன். அது மிகச்சிறந்த அனுபவமாக அமைந்தது. தொடர் வெளியான அன்றே என் அன்பிற்கினிய எழுத்தாளர் வண்ண நிலவன் தொடரைப் படித்துவிட்டு தன் நல்வாழ்த்துக்களைத் தெரிவித்தார். அது மேலும் சிறப்பாக எழுதுவதற்கான உற்சாகத்தைக் கொடுத்தது. இத்தொடர் எனக்கு ஒரு நல்ல பெயரைப் பெற்றுத் தந்தது. நிறைய வாசகர்கள் என்னிடம் பேசினார்கள். ஒரு திரைப் படத் தயாரிப்பாளர் கிடைத்தார் என்பது ஆச்சரியத்திற்குரிய விஷயம்.

இத்தொடர் வெளிவரும்முன், திருமா சாரிடம் வேறு என்ன தொடர் இதனுடன் சேர்ந்துவருகிறது என்று கேட்டேன். தான் எழுதும் 'பெரியோர்களே... தாய்மார்களே' என்றார். உண்மையில் திருமாவுடன் இணைந்து என் தொடர் வெளியானது என் வாழ்வின் பெருமைக்குரிய கணம்.

இந்நூல் வெளியாகும் இத்தருணத்தில் என் ஆசானும் என் ஆதர்ச எழுத்தாளருமான பிரபஞ்சன், ஆனந்த விகடன் ஆசிரியர் ரா. கண்ணன், எழுத்தாளர் தமிழ்மகன், நண்பர்கள் நவநீத கிருஷ்ணன், சிவன்குமரன், ஆகியோருக்கும் என் நன்றியைத் தெரிவித்துக்கொள்கிறேன்.

அன்புடன்
யுகன்
30.12.2016

பொருளடக்கம்

மண்டேலா – லாங் வாக் டு ஃப்ரீடம்	15
லெஃப்ட் ரைட் லெஃப்ட்	21
தி கிரேட் டிக்டேட்டர்	27
தி கிங்ஸ் ஸ்பீச்	33
சந்தேசம்	38
ராஜ்நீதி	44
தி டிக்டேட்டர்	49
அரபிக்கதா	55
லெமன் ட்ரீ	60
தி லாஸ்ட் கிங் ஆஃப் ஸ்காட்லாந்து	66
தி பட்லர்	72
தி இன்டர்வியூ	78
அனிமல் ஃபார்ம்	84
பீப்பிலி லைவ்	90
வாக் தி டாக்	96
போபால்: பிரேயர் ஃபார் ரெயின்	101
காந்தி மை ஃபாதர்	107
தி டே ஆஃப் தி ஜாக்கல்	113
தி பாய் இன் தி ஸ்ட்ரிப்புடு பைஜாமாஸ்	119
குயின்	124
ஷாங்காய்	130
இன்னசென்ட் வாய்சஸ்	136
தி அயர்ன் லேடி	141
செல்மா	146
தி லேடி	152
மாஞ்சி	158
லிங்கன்	163

1

மண்டேலா
– லாங் வாக் டு ஃப்ரீடம்
(Mandela - long walk to freedom)

மண்டேலாவிற்கு 'தொல்லை கொடுப்பவன்' என்று பெயரிட்ட தந்தை, ஒருநாள் தன் மகன் தேசத்தந்தை ஆவான் என்று எதிர்பார்த்திருப் பாரா? நிறவெறி காரணமாக உரிமை மறுக்கப் பட்டு அடிமைப்பட்டுக்கிடந்த தென்னாப்பிரிக்கா வின் கறுப்பினத்தவர்களுக்காகப் போராடி, அவர் களுக்கு விடுதலை பெற்றுத் தந்த ரோலிஸ்லாசா நெல்சன் மண்டேலா என்னும் மண்டேலாவின் சுயசரிதையை அடிப்படையாகக்கொண்டு எடுக்கப் பட்ட படம்தான் 'மண்டேலா – லாங் வாக் டு ஃப்ரீடம்.'

மண்டேலா வக்கீலாகப் பணியாற்றுகிறார். கறுப்பினத்தவர்கள் சார்பாக வழக்குகளை எடுத்து வாதாடி வழக்குகளில் வெற்றிகளையும் பெறு கிறார். இவரைப் பற்றிக் கேள்விப்படும் ஆப்பிரிக்க தேசிய காங்கிரஸ் கட்சியைச் சேர்ந்த வால்டர் சிசுலு மற்றும் கேத்தி இவரைத் தேடி வருகின்றனர். கட்சிக் கூட்டங்களுக்கு வரும்படி அழைக்

கின்றனர். மண்டேலா 'தனக்கு அதில் ஆர்வமில்லை' என்கிறார்.

ஓர் இரவில் பாரில் குடித்துவிட்டு வெளியே வரும் கறுப்பின இளைஞனை 'அடையாள அட்டை இல்லாமல் இருக்கிறான்' என்று கூறி போலிசார் இழுத்துச்சென்று சிறையில் வைத்து அடித்துக் கொல்கின்றனர். இந்த வழக்கை எடுத்துக்கொண்டு மண்டேலா, நீதிபதியிடம் செல்கிறார். அவன் 'பால்வினை நோயால் இறந்தான்' என்று போலிஸ் அறிக்கை சொல்கிறது என்று கூறி வழக்கை ஏற்றுக்கொள்ள மறுக்கிறார் வெள்ளை நீதிபதி.

நீதி கிடைக்காத மண்டேலா ஆப்பிரிக்க தேசிய காங்கிரசின் தோழர்களைச் சந்திக்கிறார். வால்டர் சிசுலு 'நாம் தனித்தனியாக பலமற்றவர்கள். ஆனால், நாம் அனைவரும் ஒன்று சேர்ந்தால் பலம்' என்று கூறி அவரைக் கட்சியில் இணையச் சொல்கிறார். மண்டேலாவும் கட்சியில் இணைகிறார்.

வால்டர் சிசுலுவின் வீட்டிற்குப் போய் வரும் சமயத்தில், அவரின் உறவினர் பெண்ணான எர்லினைக் காதலிக்கிறார். திரு மணமும் செய்துகொள்கிறார். இந்தக் காலகட்டத்தில் ஆப்பிரிக்க தேசிய காங்கிரசின் சார்பாகப் பல போராட்டங்களில் ஈடுபடு கிறார். மக்கள் கூட்டங்களிலும் பேசுகிறார்.

அவரின் அசாத்திய துணிச்சலும் செயல்திறனும் பேச்சாற்ற லும் கட்சிக்குள் அவரைத் தலைமைப் பொறுப்புக்குக் கொண்டு செல்கிறது. இதுபோன்று காலநேரம் பார்க்காமல் தொடர்ந்து கட்சிக்காக உழைப்பதை மண்டேலாவின் மனைவி விரும்ப வில்லை.

ஒருநாள் கறுப்பினத்தவர்கள் நுழையத் தடை விதிக்கப்பட்டி ருக்கும் ரயில்வே ஸ்டேஷனுக்குள், தடையை மீறி நுழைகின்றனர். இதனால் அவர் கைது செய்யப்பட்டு நெடுநாள் சிறையில் அடைக்கப் படுகிறார். இதன் காரணமாக மனைவி அவரை விட்டுப் பிரிந்து போகிறார்.

ஒரு பொதுக்கூட்டத்தில் மண்டேலாவின் பேச்சால் கவரப் பட்ட சமூக சேவகி வின்னியுடன் ஒரு கட்டத்தில் நட்பு ஏற்பட்டு அது திருமணத்தில் முடிகிறது. திருமண வாழ்க்கை மகிழ்ச்சியாகப் போய்க்கொண்டிருக்கிறது.

இந்தச் சமயத்தில் "ஆப்பிரிக்கர்கள், எந்தச் சமயத்திலும் கையில் அடையாள அட்டை வைத்திருக்க வேண்டும்" என்ற சட்டத்தை அரசு கொண்டு வருகிறது. இதை எதிர்த்து ஆயிரக்

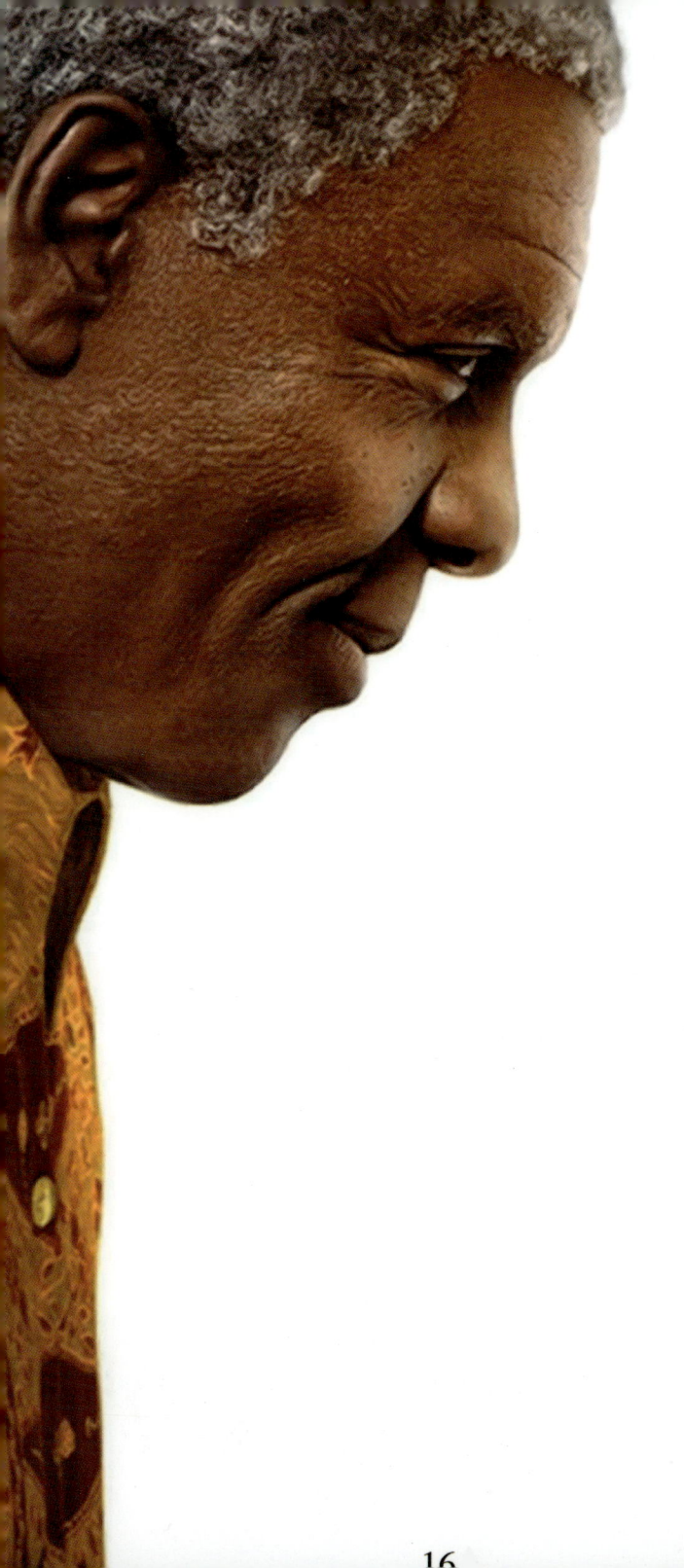

கணக்கான மக்கள் 'ஷார்ப்வில்லி' என்னும் இடத்தில் கூடி ஆர்ப் பாட்டம் செய்கின்றனர். போலிசார் கண்மூடித்தனமாகச் சுடு கின்றனர். அதில் 70 பேர் இறக்கிறார்கள்.

இந்தக் கொடூரத் தாக்குதல் அதுவரை அமைதி வழியில் போராடிக்கொண்டிருந்த ஆப்பிரிக்க தேசிய காங்கிரஸ் கட்சியை ஆயுதப் போராட்டத்திற்கு இட்டுச் செல்கிறது.

பல அரசுக் கட்டடங்களை வெடிகுண்டு வைத்துத் தகர்க் கின்றனர். அரசு மண்டேலாவைத் தீவிரவாதி என்று அறிவிக்கிறது. கட்சியும் தடை செய்யப்படுகிறது. பல நாள் தலைமறைவு வாழ்க் கைக்குப் பின் ஒருநாள் மண்டேலா கைது செய்யப்படுகிறார்.

மண்டேலாவின் வழக்கு நீதிமன்றத்திற்கு வருகிறது. நீதிபதி ஆயுள் தண்டனை விதிக்கிறார்.

மண்டேலா உட்பட கைது செய்யப்பட்ட அனைவரையும், ரோபென் தீவில் உள்ள சிறையில் அடைக்கின்றனர். வெளியில் வின்னி மண்டேலா போராட்டத்தை முன்னெடுக்கிறார். இதனால் அவரைக் கைது செய்து தனிமைச் சிறையில் அடைக்கின்றனர். கிட்டத்தட்ட ஒன்றரை வருட சிறைவாசத்திற்குப் பின் வெளியில் வருகிறார். பத்திரிகையாளர் ஒருவர் சிறைவாசத்தைப் பற்றிக் கேட்டபோது "என்னை அவர்கள் வலிமையாக்கியிருக்கிறார்கள், அவர்களுக்கு நன்றி" என்கிறாள்.

காலம் ஓடுகிறது. மண்டேலாவும் தோழர்களும் ரோபென் தீவுச் சிறைக்கு வந்து 18 ஆண்டுகள் கடந்துவிட்டன. இப்போது உலகம் முழுவதும் நெல்சன் மண்டேலாவை 'விடுதலை செய்' என்ற ஆதரவுப் போராட்டங்கள் நடக்கத் தொடங்குகின்றன.

இந்தப் போராட்டங்களின் எதிரொலியாக ரோபென் தீவுச் சிறைச்சாலையிலிருந்து மண்டேலாவும் தோழர்களும் பால்ஸ்மோர் சிறைச்சாலைக்கு மாற்றப்படுகின்றனர். அங்கு தோழர்கள் அனைவரும் ஒரே அறையில் தங்க அனுமதிக்கப்படுகின்றனர்.

இந்நிலையில், அரசு மண்டேலாவுடன் பேச்சு வார்த்தை நடத்துகிறது. மண்டேலாவிடம், 'ஆயுதம் தாங்கிய போராட் டத்தைக் கைவிடுவதாக இருந்தால், விடுதலை செய்யத் தயார்' என்கிறது. அதற்கு மண்டேலா, 'நீங்கள் முதலில் நிறவெறிக் கொள்கையைக் கைவிட வேண்டும். என் விடுதலையும் மக்களின் விடுதலையும் வேறல்ல' என்று கூறிவிடுகிறார்.

மீண்டும் பேச்சுவார்த்தை நடக்கிறது, இறுதியில் நிபந்தனை யற்ற விடுதலையை அறிவிக்கிறார் தென்னாப்பிரிக்க அதிபர். மக்கள் பெருந்திரளாகக் கூடி மண்டேலாவை வரவேற்கின்றனர்.

வின்னி கட்சியை மீறித் தன் போக்கில் நடக்கிறார் என்று கடந்த சில வருடங்களாக, வின்னிக்கும் மண்டேலாவுக்கும் ஏற்பட்ட கருத்து வேறுபாடு இப்போது அதிகமாகிறது. 'நீ மக்களைத் தீவிரவாதியாக்குகிறாய்' என்று குற்றம் சாட்டுகிறார். இதற்கிடையே தென்னாப்பிரிக்க அதிபர் அதிகாரப் பங்கீடு செய்து கொள்ளலாம் என்கிறார். இதைக் கறுப்பினத் தலைவர்கள் பலர் ஏற்கவில்லை.

ஆனால் மண்டேலா, 'மைனாரிட்டியான வெள்ளையர்களின் பயம் நியாயமானதுதான். முதலில் நாம் குறைவான அதிகாரத்துடன் இருப்போம், அவர்கள் பயம் போன பிறகு நாம் முழு உரிமை கோரலாம்' என்கிறார். அமைதிப் பேச்சுவார்த்தை தொடங்குகிறது.

ஆனால், வின்னி மண்டேலா 'போர்தான் சரி' என்கிறார். இதனால் மண்டேலா, 'கட்சியின் கொள்கையைவிட்டு உனக்கென்று கூட்டத்தை வைத்துக்கொண்டு நீ தனித்துச் செயல்படுகிறாய்' என்று கூறி, 'இனி நாம் தனித்தனி வீடுகளில் வசிப்பதுதான் கட்சிக்கு நல்லது' என்கிறார். இதனால் கோபமான வின்னி மண்டேலா பொது இடங்களில் மண்டேலாவை இழிவுபடுத்தும் வகையில் நடந்துகொள்கிறார். அதன்விளைவாக மண்டேலா தன் மனைவியைவிட்டுப் பிரிகிறேன் என்று அறிவிக்கிறார்.

இதற்கிடையில் கறுப்பினத்தவர்களுக்குள்ளேயே ஆட்சி அதிகாரம் குறித்து இரு பிரிவுகள் ஏற்பட்டு, உள்நாட்டுப்போர் போலத் தாக்கிக்கொள்கின்றனர். அதில் பலர் இறக்கின்றனர். இந்நிலையில் மண்டேலா தொலைக்காட்சியில் தோன்றி மக்களிடம் உரையாற்றுகிறார். 'நம்மால் போரிட்டு வெல்ல முடியாது. ஆனால், தேர்தலில் வெல்லமுடியும். தேர்தல் நாள் வரை அமைதியாக இருங்கள்' என்று வேண்டுகோள் விடுக்கிறார்.

தேர்தல் நடக்கிறது. ஆப்பிரிக்க தேசிய காங்கிரஸ் மாபெரும் வெற்றி பெறுகிறது. மண்டேலா முதல் கறுப்பின அதிபர் ஆகிறார். அத்துடன் படம் நிறைவடைகிறது.

படத்தின் அடிநாதமும், மண்டேலாவின் அரசியல் வாழ்வின் அடிநாதமும் மன்னித்தல்தான். 'என் பகைமையையும் வெறுப்பையும் என் மனதிலிருந்து அகற்றிவிட்டு அவர்களை மன்னித்ததால்தான் நான் சிறையிலிருந்து மீண்டேன்' என்று ஒருமுறை சொன்னார்.

இதற்குமாறாக வின்னி மண்டேலா தன்னைத் துன்புறுத்தியவர்கள்மேல் கடும் வஞ்சம் கொண்டார். 'அவர்களை வெறுப்பதன்

மூலமே துன்பங்களைப் பொறுத்துக்கொண்டேன், வலிமையைப் பெற்றேன்' என்றார்.

அடிப்படையில் இந்த வேறுபாடுதான் வின்னி மண்டேலா கட்சி சார்ந்து இயங்காமல் தனியாக ராணுவம் போல் அமைத்துக் கொண்டு பல வன்முறைகளில் ஈடுபடச் செய்தது. அதுதான் மண்டேலா, வின்னி மண்டேலா பிரிவிற்கும் காரணமாக அமைந்தது.

எல்லாக் குற்றச்சாட்டுகளையும் மீறி, அவர் பட்ட துன்பமும், அவர் நடத்திய போராட்டமும் உண்மையானது. படம் பார்த்த வின்னி மண்டேலா, படம் தனக்கு நியாயம் செய்திருப்பதாகச் சொன்னார்.

படத்தின் இயக்குநர் ஜஸ்டின் சாட்விக் தொடக்கத்திலிருந்தே உறுதியாக இருந்த விஷயம், மண்டேலாவை கடவுளைப் போல் அல்லாமல் குறை நிறையுள்ள மனிதரைப்போல்தான் காட்ட வேண்டும் என்பதுதான். இளமையில் அவருக்கு நிறைய பெண் தோழிகள் இருந்ததைப் படத்தில் அவர் காட்டத்தவறவில்லை. அத்துடன் ஆவணப்படம் போலவோ வரலாற்றுப் பாடம் நடத்துவது போலவோ எடுப்பதில் அவருக்கு விருப்பமில்லை. அவர் நினைத்ததுபோலவே படம் நவீன சினிமாவாக உருவாகியிருக்கிறது.

படத்தில் மண்டேலாவாக நடித்த இட்ரிஸ் எல்பாவின் நடிப்பு அபாரமானது. அவரின் உயிரோட்டமான நடிப்பு, படத்தை நமக்கு மிக நெருக்கமானதாக மாற்றுகிறது.

உதாரணமாக மண்டேலாவும் அவர் கட்சித் தோழர்களும், கறுப்பினத்தவர்கள் நுழையத் தடைவிதிக்கப்பட்டிருக்கும் ரயில் நிலையத்திற்குள் நுழையும் காட்சி. நடிப்பும் ஒளிப்பதிவும் பின்னணி இசையும், படத்தொகுப்பும் இணைந்து சிலிர்ப்பூட்டும் காட்சியாக மாறுகிறது.

படத்தில் வரும் வசனங்கள் பற்றிக் குறிப்பிட்டாக வேண்டும். மண்டேலா சிறையில் இருக்கும்போது அவரின் மூத்தமகள் அவரை வந்து பார்ப்பாள். மண்டேலா தன் மகளிடம் 'உன் அம்மா எப்படி இருக்கிறாள்' என்கிறார். அதற்கு அவள் 'என் அம்மா போராளி' என்கிறாள். 'அப்படியானால் நீ' என்று மண்டேலா கேட்டவுடன் 'நானும் போராடவே விரும்புகிறேன்' என்கிறாள். அருகில் நிற்கும் காவலர் 'அரசியல் பேசக் கூடாது' என்கிறார். அதற்கு அவள், 'இது அரசியல் அல்ல, எங்கள் வாழ்க்கை' என்பாள்.

ஓரிடத்தில் மண்டேலாவின் பேரன்கள் வெள்ளையின போலிஸ்காரர்களை, பின்புறத்தைக் காட்டி கேலி செய்தபோது மண்டேலா, 'இதைத்தான் அவர்கள் நமக்குச் செய்தார்கள். நாம் அதைவிட உயர்ந்ததைச் செய்ய வேண்டாமா' என்பார். இவ்வாறு படம் முழுக்க மந்திரச் சொற்களாய் வசனம் இடம் பெற்றிருக்கிறது.

மண்டேலாவும் தோழர்களும் ரோபென் சிறைக்கு வந்து 10 ஆண்டுகள் ஆனபிறகு, தோழர்கள் மண்டேலாவை சுயசரிதை எழுதச் சொன்னார்கள். மண்டேலாவிற்கு அப்போது 60 வயது. கடும் நெருக்கடிகளுக்கு மத்தியில் எழுதப்பட்ட சுயசரிதை கவனமாக வெளியில் கடத்தப்பட்டு, பாதுகாக்கப்பட்டது. இவ்வாறு தான் சுயசரிதை உருவானது.

மண்டேலாவிற்குப் பல்வேறு நாடுகள் அமைதிக்கான நோபல் பரிசு, பாரதரத்னா உட்பட பல்வேறு விருதுகளை வழங்கி அவரை மரியாதை செய்துள்ளது. இப்படமும் மண்டேலாவிற்குச் செய்யப்பட்ட மரியாதைகளில் ஒன்றுதான்.

❖

2

லெஃப்ட் ரைட் லெஃப்ட்
(Left Right Left)

ஒரு மனிதன் உருவாவதில் பெரும்பகுதியை அவன் குழந்தைப் பருவம் தீர்மானிக்கிறது. அப்படி மூன்று பேர் தன் சிறுவயதில் எதிர்கொண்ட பிரச்சினைகள் அவர்களை எப்படிப்பட்டவர்களாக உருமாற்றுகிறது; அப்படி உருவான அந்த மூன்று பேரும் ஒரே அச்சில் சந்திக்கும்போது ஏற்படும் விளைவுகள் என்ன என்பதை, கம்யூனிஸ்ட் கட்சி அரசியலைப் பின்புலமாகக்கொண்டு பேசுவது தான் 'லெஃப்ட் ரைட் லெஃப்ட்' திரைப்படம்.

படத்தின் முக்கிய கதாபாத்திரங்களான கைதேரி சகாதேவன், சேகுவேரா ராய், ஜெயன் மூன்று பேரின் குழந்தைப் பருவத்துடன் படம் தொடங்குகிறது.

முதலில் கைதேரி சகாதேவன். கதை நடக்கும் காலம் 1969. சம்பவம் நடக்கும் பகுதி வடகேரளா. கைதேரி சகாதேவனின் தந்தை கைதேரி சாத்து, ஆர்.பி.ஐ.(எம்) கட்சியில் ஒரு தீவிரமான போராளி. அவரது தம்பியும் கட்சியில் பெரும்

ஈடுபாட்டுடன் பணியாற்றுபவர். ஒருநாள் அவர் தம்பி அரசியல் காரணமாக நெல் வயலில் கொல்லப்பட்டுக் கிடக்கிறார். அவரின் உடலைத் தூக்கிக்கொண்டு வந்து, கட்சி அலுவலகத்தில் போட்டுவிட்டு, தம்பியைக் கொன்றவர்களைப் பழிவாங்கக் கிளம்பு கிறார் சாத்து. போனவர் திரும்பிவரவில்லை.

அடுத்தது ராய் ஜோசப்பின் கதை. நடக்கும் காலம் 1976. நடக்கும் பகுதி கேரளாவின் மத்தியப் பகுதி.

ராயின் தந்தை வர்கீஸ். தீவிரமான மார்க்சிஸ்ட் போராளி. எமர்ஜென்சி காலத்தில் தலைமறைவாக வாழ்கிறார். ஓர் இரவில் ராயும் வர்கீசும் சாலையில் நடந்து போய்க்கொண்டிருக்கின்றனர். ராய் தன் தந்தையிடம், 'ஏன் மார்க்சிஸ்ட்டுகள் கொல்லப்படு கிறார்கள்' என்று கேட்கிறார். 'மார்க்சிஸ்ட்காரர்கள் சத்தியம் பேசு வாங்க, நியாயம் பேசுவாங்க, அதனால அவங்களக் கொல்லுறதத் தவிர வேற வழியில்லை.' என்று அவர் கூற, 'உங்களையும் யாராவது கொன்னுடுவாங்களா' என்று மகன் கேட்க, 'என்னைக் கொன்னா என்ன, என் மகன் நீ இருக்கேல்ல...' என்பார். இதைப் பேசிய சற்று நேரத்திற்கெல்லாம் ராயின் கண் முன்னாலேயே வர்கீஸ் கொல்லப்படுகிறார்.

அடுத்த கதை ஜெயன் பற்றியது. நடக்கும் காலம் 1986. கேரளத்தின் தென் பகுதி.

ஜெயனின் சகோதரி காச நோயாளி. அவர் அரசு மருத்துவ மனையில் சேர்க்கப்படுகிறார். அவரது சகோதரியின் முகத்தில் இருக்கும் ஆக்ஸிஜன் மாஸ்க்கை வசதியான ஒருவருக்காக நர்ஸ் எடுத்துச் செல்கிறார். சகோதரி தன் கண் முன்னாலேயே மூச் சிளைத்து கஷ்டப்படுவதைப் பார்க்கிறார். அம்மா, 'யாரையாவது போய்க் கூட்டிவா' என்கிறார். ஜெயன் இதைப் போலிஸ்காரர் ஒருவரிடம் போய்ச் சொல்ல, அவர் வந்து உதவுகிறார். ஆனாலும், அவரது சகோதரியைக் காப்பாற்ற முடியவில்லை. அந்தக் கணத் தில் ஜெயன் இரண்டு தீர்மானத்திற்கு வருகிறார். நன்றாக வாழ போலிஸ்காரனாக வேண்டும், இன்னொன்று நிறைய பணம் சம்பாதிக்க வேண்டும்.

கதை இப்போது 2013க்கு வருகிறது. சகாதேவன் ஆர். பி. ஐ. (எம்) கட்சியின் முக்கியப் பதவிக்கு வருகிறார். இவர் இப் பொழுது கைதேரி சகாதேவன் என்றழைக்கப்படுகிறார். ராய் இப் பொழுது சேகுவேரா ராய் என்றழைக்கப்படுகிறார். இடது கை, இடது கால் செயலிழந்துபோய் இருக்கிறார். எப்பொழுதும் படிப்பு என்றிருக்கும் அவர், தூய இடதுசாரி. ஜெயன், சப்–இன்ஸ்

MASS MEDIA
SOCIAL

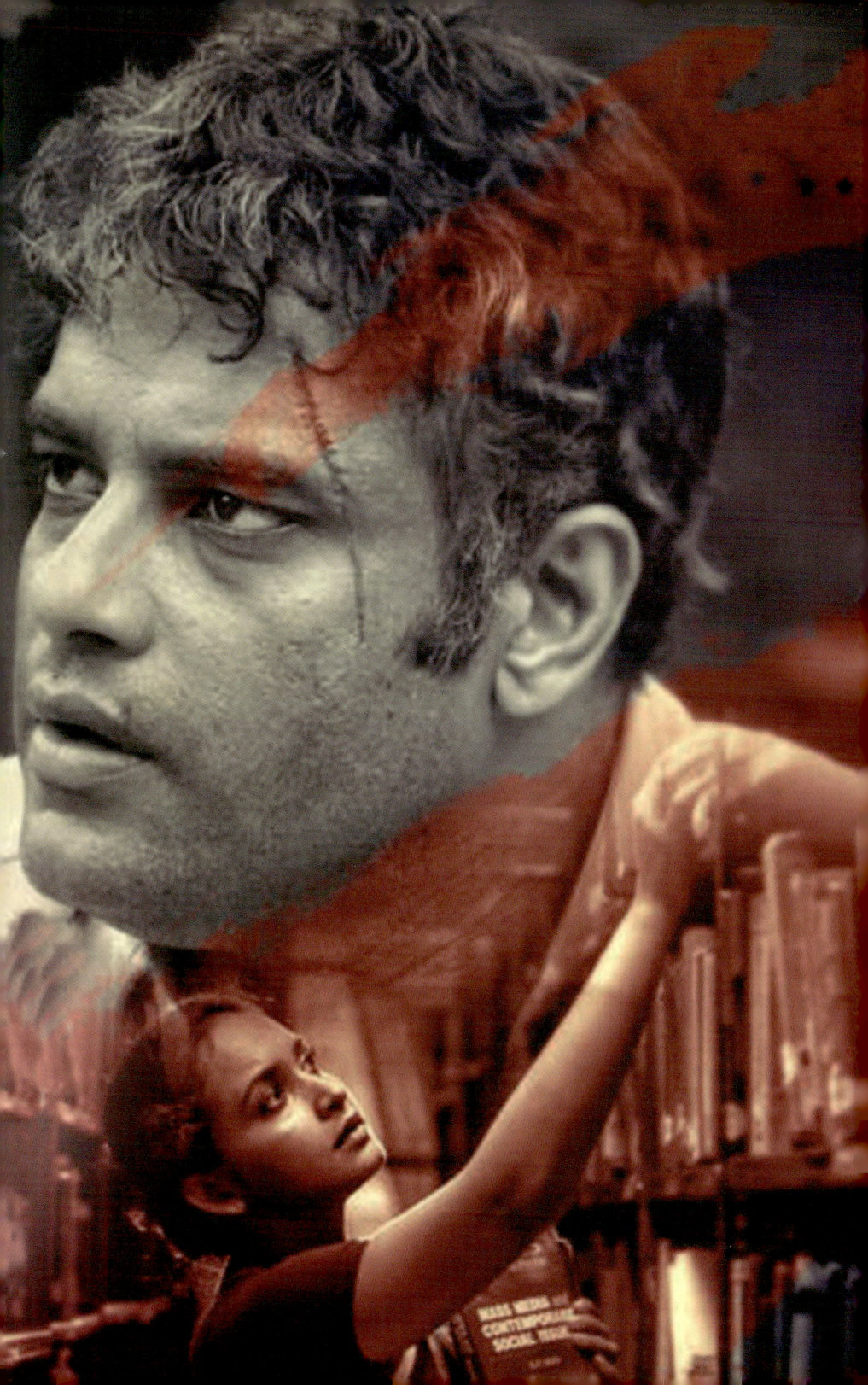

பெக்டராக இருக்கிறார். அடாவடியான செயல்களால் பைத்தியக் கார ஜெயன் என்று அழைக்கிறார்கள்.

இப்படியான சூழ்நிலையில் கைதேரி சகாதேவன் ஊழல் குற்றச்சாட்டில் மாட்டுகிறார். அதற்கான ஆதாரம் கட்சியிலிருந்து சகாதேவனால் வெளியேற்றப்பட்ட சுரேஷ் மற்றும் அலியார் கைகளில் சிக்குகிறது. அவர்கள் நடத்தும் பத்திரிகையில் அதை வெளியிடலாமா என்று தங்கள் நண்பரான சேகுவேரா ராயிடம் கேட்கிறார்கள். அவர், 'பத்திரிகையில் வெளியிட வேண்டாம். கட்சிக்குத் தெரியப்படுத்துவோம்' என்கிறார். அதன்படி அவர்கள் கட்சியின் இன்னொரு முக்கியத் தலைவரான எஸ்.ஆரைப் போய்ப் பார்க்கின்றனர். ஆனால், எஸ்.ஆர், 'இந்த ஊழல் பிரச் சினையைப் பற்றி நான் பேசினால், பகை காரணமாகத்தான் பேசுகிறேன் என்ற எண்ணம் வந்துவிடும், அதனால் பத்திரிகையில் மூன்றாம் பக்கத்தில் சின்னதாகச் செய்தி வெளியிடுங்கள், பிறகு நான் பார்த்துக்கொள்கிறேன்' என்கிறார்.

இதில் சுரேஷிற்கும் அலியாருக்கும் உடன்பாடில்லை. அவர்கள் தலைப்புச் செய்தியாகவே வெளியிடுகிறார்கள். சகா தேவன் கடுங்கோபமடைகிறார். சுரேஷ், அலியார் இருவரும் தலை மறைவாகின்றனர். சுரேஷ் வீடு தீக்கிரையாகிறது. சிறிது நாளில் சுரேஷ் கொல்லப்படுகிறார். அலியாரையாவது காப்பாற்றவேண்டு மென்று சகாதேவனைப் போய் சேகுவேரா ராய் பார்க்கிறார். அவர், 'உன் தந்தைக்காக உன்னைமட்டும் விட்டுவிடுகிறேன். என் வழியில் யார் குறுக்கிட்டாலும் அவர்கள் கதி இதுதான்' என்கிறார்.

இதற்கிடையில் சப்-இன்ஸ்பெக்டர் ஜெயன், சிறு வயதில் தன் சகோதரியைக் கவனித்து உதவிய நர்ஸ் போன்ற தோற்றத்தில் இருக்கும் ஜெனிபரைக் காதலிக்கிறார். அவருக்குத் திருமணமாகி, குழந்தையும் இருக்கிறது. கணவன் மனநோயாளி. தன் கணவனிட மிருந்து தப்பிக்க ஜெயனைப் பயன்படுத்திக்கொள்கிறார்.

ஒருநாள், மனநோய் காப்பகத்திலிருந்து வெளியே வரும் அவனை ஜெனிபர் அடையாளம் காட்ட, பஸ்ஸில் வைத்து பலமாகத் தாக்குகிறார். அவனிடமிருந்து தப்பி ஓடியபோது பஸ்ஸில் அடிபட்டு கணவன் சாகிறான். ஜெயன் சரணடைகிறார். பின் 15 நாள் ரிமாண்டில் வைக்கப்படுகிறார்.

இதே சமயத்தில் அலியார் கொல்லப்படுகிறார். சேகுவேரா ராய் இதயம் பலவீனமானவர். ஏற்கெனவே சுரேஷ் கொல்லப் பட்டதிலேயே பெரும் அதிர்ச்சிக்கு உள்ளானவர், இப்பொழுது

அலியாரும் கொல்லப்பட்ட செய்தி கேட்டு சுருண்டு விழுகிறார். அவர் மருத்துவமனையில் சேர்க்கப்படுகிறார்.

ஜெயனுக்கு சேகுவேரா ராய் ஒன்றுக்கும் உதவாதவர் என்ற எண்ணமே எப்பொழுதும் உண்டு. மருத்துவமனையில் ராயின் நண்பர் சேகுவேரா ராய் எத்தகைய போராளி என்று கடந்த காலத்தைப் பற்றிச் சொல்ல, ஜெயன் அவரின் அருமையை உணர்கிறார். ஆர்.பி.ஐ(எம்) கட்சியில் துடிப்புடன் செயலாற்றி, தலைமைப் பதவியை நோக்கி முன்னேறிக்கொண்டிருந்த ராயின் இடது கையையும் இடது காலையும் முடமாக்கியது கைதேரி சகாதேவன்தான் என்றும் தெரிந்துகொள்கிறான். இதற்கிடையில் சிகிச்சை பலனளிக்காமல் சேகுவேரா ராய் இறக்கிறார்.

அதற்குப் பழிவாங்குவது போல், பெயிலில் இருக்கும் ஜெயன் கைதேரி சகாதேவனைக் குத்திக் கொன்றுவிட்டு மகிழ்ச்சியுடன் ஜெயிலுக்குப் போகிறான்.

ஒரு வருடம் ஓடுகிறது. ராய் ஜோசப்பின் மனைவி அனிதாவும், ஜெயனின் தாயாரும் ஒன்றாக வசிக்கிறார்கள். வாழ்க்கை என்ன துன்பங்களைத் தந்தாலும் தொடர்ந்து இயங்கிக்கொண்டே இருக்கவேண்டும் என்ற மன உறுதியுடன் வாழ்ந்துகொண்டிருக்கிறார்கள் என்பதுடன் படம் நிறைவடைகிறது.

படம் முடியும்போது திரையில் தோன்றிய கதாபாத்திரங்களுடன் நாமும் இவ்வளவு நேரம் வாழ்ந்தது போன்ற எண்ணம் எழுகிறது. மிக நேர்த்தியாக உருவாக்கப்பட்டுள்ள இந்தப் படம் நம்மைக் கலங்க வைக்கிறது.

படம் பல கேள்விகளை எழுப்புகிறது. அதில் முக்கியமான கேள்வி, 'யார் உண்மையான கம்யூனிஸ்ட்.' படத்தின் இறுதியில் அதற்கான பதிலையும் அதுவே தருகிறது. 'யார் தனியாக அதே சமயம் துணிவாக, வரும் எந்தத் துன்பத்திலும் தொடர்ந்து போராடுகிறார்களோ அவர்களே உண்மையான கம்யூனிஸ்ட்' என்கிறது.

கம்யூனிஸ்ட் கட்சியின் செல்வாக்கு மிகுந்த கேரளாவில் இப்படத்தை எடுத்தது என்பது மிகவும் துணிச்சலான விஷயம். கைதேரி சகாதேவன், எஸ்.ஆர் கதாபாத்திரங்கள் கேரள கம்யூனிஸ்ட் கட்சித் தலைவர்களான கொடியேறி பாலகிருஷ்ணன், வி.எஸ் அச்சுதானந்தன் போன்று சித்தரிக்கப்பட்டுள்ளது என்று பெரும் கொந்தளிப்பு எழுந்தது. கேரளத்தின் பெரும்பாலான இடங்களில் படத்திற்கு அதிகாரபூர்வமற்ற தடை உத்தரவு

இவரது செயல்கள் நகைப்பூட்டும் வகையிலேயே இருக்கிறது. போரின் இறுதிக்கட்டத்தில் எதிரிகளால் காயமடைந்த ஸ்சுல்ட்ஜ் எனும் பைலட்டை குட்டி விமானத்தில் ஏற்றிக் காப்பாற்ற முயலும் போது விபத்திற்குள்ளாகிறார். பார்பருக்குத் தலையில் அடிபடு கிறது. சுயநினைவிழந்த அவர் மருத்துவமனையில் சேர்க்கப் படுகிறார்.

கிட்டத்தட்ட 20 ஆண்டுகள் சுயநினைவற்று ஆஸ்பத்திரியில் இருக்கும் பார்பர் இப்பொழுது மருத்துவமனையை விட்டுத் தப்பித்து வெளியே வருகிறார்.

இந்த இருபது ஆண்டுகளில் டொமானியாவில் எவ்வளவோ மாற்றங்கள் நடந்திருக்கின்றன. சர்வாதிகாரி ஹின்கெலின் கட்சி ஆட்சியைப் பிடிக்கிறது. அவர் இரும்புக்கரம் கொண்டு ஆட்சி நடத்தி வருகிறார். யூத வெறுப்பை அரசாங்கக் கொள்கையாகவே ஆக்கிவிடுகிறார். இது எதுவும் அறியாமல் பார்பர் நகருக்குள் வருகிறார். தான் முதலில் நடத்திவந்த சலூன்கடையைத் திறக்கிறார்.

அப்போது அங்கு வரும் சர்வாதிகாரி ஹின்கெலின் படை வீரர்கள் அவர் கடையின் வெளிப்புறக் கண்ணாடியில் யூதன் என்று பெயிண்ட்டால் எழுதிவிட்டுச் செல்கின்றனர். தற்செயலாக வெளியே வந்து பார்க்கும் பார்பர் துணியைக்கொண்டு யூதன் என்று எழுதியதை அழிக்கிறார். அதைப் பார்க்கும் படைவீரர் பார்பரை அடிக்கிறார். பார்பர் பதிலுக்குத் தாக்க, படைவீரர்கள் அவரை அடித்து இழுத்துச்செல்ல முயல்கிறார்கள். அப்போது அங்கே குடியிருக்கும் ஹென்னா, படைவீரர்களைத் தலையில் தாக்கி அவனைக் காப்பாற்றுகிறாள்.

ஆனால், அடுத்தநாள் அடிபட்ட படைவீரர்கள் மீண்டும் வருகிறார்கள். அவர்கள் அவரைப் பிடித்து, கழுத்தில் கயிற்றை மாட்டி அருகிலிருக்கும் விளக்குக் கம்பத்தில் தொங்கவிட முயல் கின்றனர்.

அப்போது பைலட் ஸ்சுல்ட்ஜ் அங்கே வருகிறார். அவர் இப்போது படைத்தலைவராக இருக்கிறார். பார்பரைப் பார்த்து 'என்னை உனக்கு நினைவில்லையா, நீதான் என் உயிரைக் காப்பாற்றினாய்' என்கிறார். பின் வீரர்களிடம், 'இவர் என் நண்பர், இவரையும் இந்தக் குடியிருப்பில் உள்ளவர்களையும் யாரும் துன்புறுத்தக்கூடாது' என்று உத்தரவிடுகிறார்.

காலைநேரம். சர்வாதிகாரி ஹின்கெல் அலுவலகம். அமைச்சர் ஹார்பிட்சிடம் 'ஆஸ்டர்லிச் மீது படையெடுக்க

3

தி கிரேட் டிக்டேட்டர்
(The Great Dictator)

ஹிட்லரின் கொல்லப்பட வேண்டியவர்களின் பட்டியலில் உலகையே சிரிக்கவைத்துக்கொண்டிருக்கும் சாப்ளின் இடம் பெற்றிருப்பார் என்றால் நம்மால் நம்பமுடிகிறதா? 1930இல் நாஜிகள் வெளியிட்ட "யூதர்கள் உங்களைப் பார்த்துக்கொண்டிருக்கிறார்கள்" என்னும் நூலில் பிரபலமான யூதர்கள் பட்டியலில் சாப்ளினும் இடம் பெற்றிருந்தார்.

அப்புத்தகத்தில் இடம்பெற்றிருந்த பலர் கொல்லப்பட்டிருந்த நிலையிலும், சாப்ளின் துளி கூட பயம் கொள்ளாமல் ஹிட்லருடன் நடத்திய திரையுத்தம்தான் 'தி கிரேட் டிக்டேட்டர்'

படம் முதல் உலகப்போரின் இறுதிக்கட்டத்திலிருந்து தொடங்குகிறது. இந்த முதல் உலகப் போரில் டொமானியா நாட்டிற்காகப் போரிடப் போகிறார் யூத இனத்தைச் சேர்ந்த பார்பர். (இப்படத்தில் இவருக்குப் பெயரில்லை. பார்பர் என்றுதான் அழைக்கப்படுகிறார்.) போர்க்களத்தில்கூட

பேரு கோர்பசேவ் போலப் பேசுவாங்க. கொஞ்ச ஸ்டாலினிஸ்ட்டு களும் இருப்பாங்க' என்றவுடன்...

'இந்தக் கூட்டத்தில தோழர் யாரு' என்று அலியார் கேட்க,

'நானா... இதுதான்' என்று முடமாக்கப்பட்ட இடது கையைத் தூக்கி டேபிளின் மீது வைப்பார்.

உண்மையான இடதுசாரிகள் முடக்கப்பட்டுவிட்டார்கள் என்பதுதான் படம் கொள்ளும் கவலை.

❖

பிறப்பிக்கப்பட்டது. ஆனால், படத்தின் இயக்குநர் அருண்குமார் அரவிந்த் 'தான் உண்மை என்று நம்புவதை வெளிப்படுத்த எனக்கொன்றும் பயமில்லை' என்றார்.

முரளி கோபி சினிமா மீது ஆழ்ந்த நேசம் கொண்டவர். மலையாள சினிமாவின் மகத்தான நடிகர்களில் ஒருவரான பரத் கோபியின் மகன் இவர். இப்படத்திற்கு அற்புதமான திரைக்கதை அமைத்ததுடன் சேகுவேரா ராய் கதாபாத்திரத்திலும் அருமையாக நடித்திருப்பார். வசனங்களும் மிகச் சிறப்பாக இருக்கும். உதாரண மாக இந்த வசனம், இடது உடைந்தால் வலது, இடது என்று தானே ஆகும். இடது காலில் கோல் அடித்தாலும் வலதுகால் பூமியில் ஊன்றி நிற்கத்தான் வேண்டும்.

இதுபோன்று, ஒரு காட்சியில் தன் சித்தப்பா வயலில் கொல்லப்பட்டுக் கிடக்க, சிறுவனான சகாதேவனின் கண்களை ஒருவர் மூடுவார். அப்பொழுது சகாதேவனின் தந்தை, 'அவன் கண்ணை மூடாதே, இமைகொட்டாமல் பார், அதிலிருந்து பாடம் படித்துக்கொள்' என்பார்.

இன்னொரு காட்சியில் சகாதேவன், 'பூர்ஷ்வாக்களை ஜெயிக்க பூர்ஷ்வா ஆனால் போதாது. பூர்ஷ்வாவின் அப்பனாக வேண்டும்.' அவரது கொள்கை இதுதான், பணக்காரனை எதிர்க்கக்கூடாது. அவனைவிட பணக்காரனாகிவிட வேண்டும். இதுதான் தன் தந்தையையும் சித்தப்பாவையும் பறிகொடுத்த அவர் கற்றுக்கொண்ட பாடம்.

இதைத்தான் தூய இடதுசாரியான சேகுவேரா ராய் எதிர்ப் பார். பணக்காரர்களை எதிர்த்துப் போராடிக்கொண்டு, பின் எப்படி அவர்களுடனே இணைந்தும் செயல்பட முடியும் என்பார்.

பாடலும் பின்னணி இசையும் படத்திற்குப் பெரும்பலம். இசையமைப்பாளர் கோபிசுந்தர் மிகச் சிறப்பாக இசை அமைத் திருப்பார். நரம்புகளை முறுக்கேறச் செய்யும் பாடலும் பின்னணி இசையும் நம்மைக் கொதிநிலைக்குக் கொண்டு செல்கிறது. 2013 இல் வெளியான லெஃப்ட் ரைட் லெஃப்ட் எனும் இந்த மலை யாளத் திரைப்படம் சர்வதேச சினிமா போன்று உயர்தரத்தில் இருக்கிறது.

ஒரு காட்சியில் அலியார், 'கட்சி மட்டுமல்ல கம்யூனிஸம்... கட்சி மட்டுமல்ல மார்க்சிஸம்...' என்பார்.

அதற்கு ராய், 'மார்க்சிஸ்ட் கட்சியில் மார்க்சிஸம் மட்டும் இல்லை. கொஞ்சம் பேரு லெனினிசம் பேசுவாங்க. கொஞ்சப்

harlie Chaplin
in
THE GREAT
DICTATOR

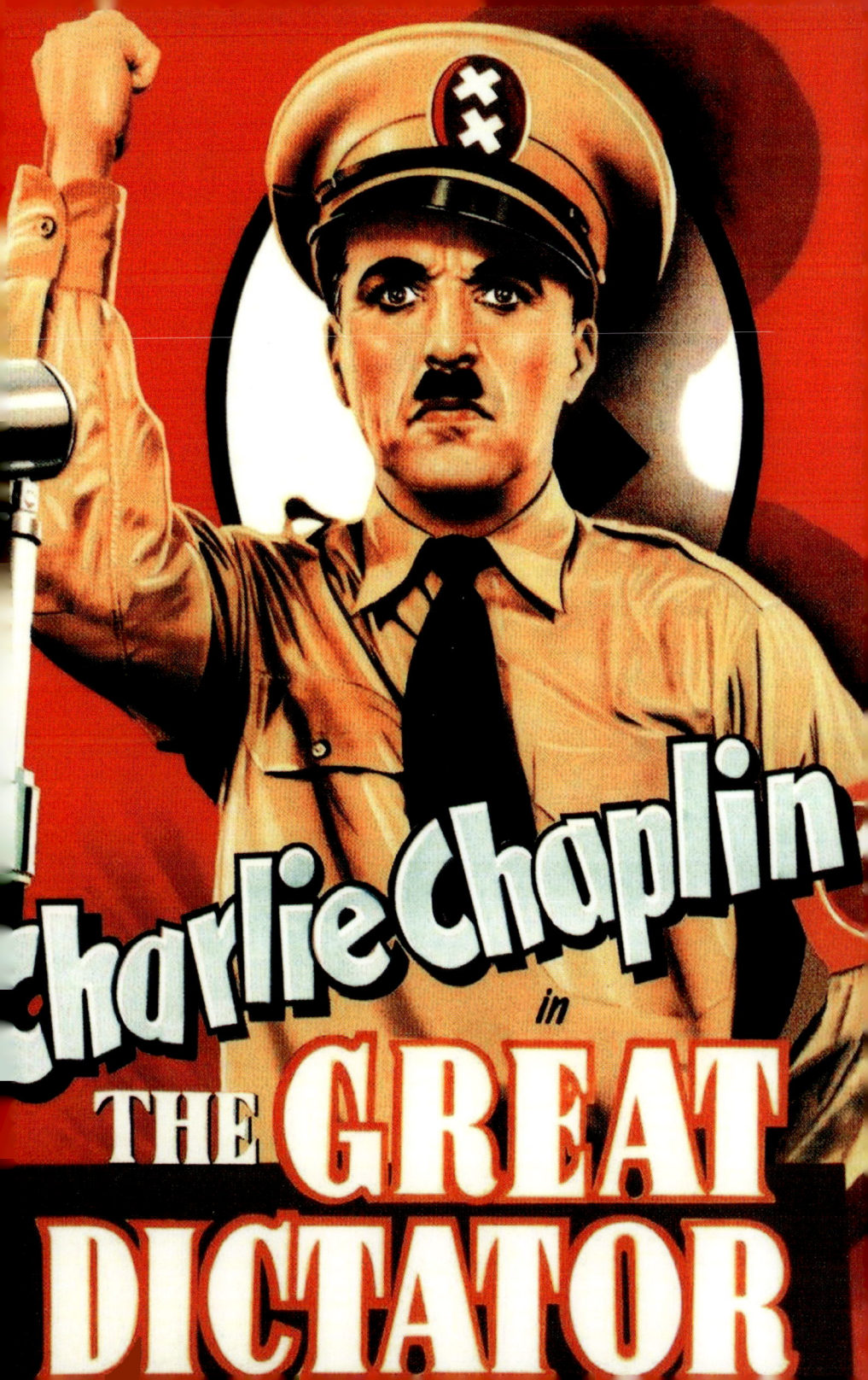

வேண்டும்' என்கிறார் ஹின்கெல். 'அதற்கு இன்னும் மூன்றுமாத காலம் அவகாசம் வேண்டுமென்கிறார்' அமைச்சர் ஹார்பிட்ச். 'முடியாது, உடனடியாக நாம் படையெடுத்தாக வேண்டும், இல்லையேல் நெப்பலோனி (முசோலினி) படையெடுத்துவிடுவார்.' 'அதற்குப் பெரும்பணம் தேவைப்படும்' என்று ஹார்பிட்ச் சொல்ல, 'கடன் வாங்கு' என்கிறார். 'யாரும் கடன் தர மறுக் கிறார்கள். ஆனால், எப்ஸ்டீன் தருவார்.' இதைக் கேட்டதும் ஹின்கெல், 'அவர் யூதனாயிற்றே' என்கிறார். பின், 'சரி போனால் போகிறது, அவரிடமே வாங்கு' என்கிறார். 'யூதர்களின் மீதான நம் கொள்கை காரணமாக அவர் பணம் தர மறுப்பார்.' 'அப்படி யானால் நம் கொள்கையை மாற்றிக்கொள்வோம். இனிமேல் வீரர்கள் யாரும் யூதர்களைத் தாக்கவேண்டாம்' என்று சொல்லி விடுங்கள். 'குறைந்தபட்சம் கடன் வாங்கும்வரை' என்கிறார்.

இதன்காரணமாக யூதர்கள் குடியிருக்கும் கெட்டோ பகுதியில் அமைதி திரும்புகிறது.

இதற்கு இடைப்பட்ட நாட்களில் ஹென்னாவும், பார்பரும் ஒருவரையொருவர் நேசிக்கத் தொடங்குகிறார்கள். அன்று இருவரும் வெளியில் கிளம்ப ஆயத்தமாகிக்கொண்டிருக்கிறார்கள். அதே சமயத்தில் ஹின்கெலிடம் அமைச்சர் ஹார்பிட்ச், 'எப்ஸ்டீன், பணம் தர மறுத்துவிட்டார்' என்கிறார். கடுங்கோபமடைந்த ஹின்கெல் உடனே படைத்தலைவர் ஸ்சுல்ட்ஜை வரச்சொல்லி, கெட்டோ பகுதியில் யூதர்களின் மீது தாக்குதலை நடத்தச் சொல் கிறார். படைத்தலைவர் ஸ்சுல்ட்ஜ், 'அது தவறானது' என்று கூறி மறுக்க, அவரை உடனே கைது செய்து சித்திரவதை முகாமிற்கு அனுப்புகிறார்.

படைவீரர்கள் சற்று நேரத்தில் கெட்டோ பகுதியில் கூடி விடுகின்றனர். பார்பர் கிடைக்காததால், அவர் கடையை வெடி குண்டு வைத்துத் தகர்க்கின்றனர்.

அடுத்த சில நாட்களிலேயே படைத்தலைவர் ஸ்சுல்ட்ஜ் சிறையிலிருந்து தப்பி பார்பர் குடியிருப்பில் தஞ்சம் புகுகிறார். இதைக் கேள்விப்பட்ட படைவீரர்கள் திரண்டுவந்து பார்பர், படைத்தலைவர் என இருவரையும் கைதுசெய்து சித்திரவதை முகாமில் அடைக்கின்றனர்.

ஹின்கெல் இப்பொழுது ஆஸ்டர்லிச் மீது படையெடுக்க ஆயத்தமாகிறார். இதற்குள் நெப்பலோனி படைகள் ஆஸ்டர்லிச் நோக்கி முன்னேறிக்கொண்டிருப்பதாகத் தகவல் வருகிறது. இதனால் கடுங்கோபமடையும் ஹின்கெல், நெப்பலோனியின் பாக்டீரியா தேசத்தின்மீது போர் தொடுப்போம் என்று அறிவிக்கச்

சொல்கிறார். அதற்குள் சமாதானப் பேச்சுக்கான சூழல் அமைய, நெப்பலோனியை டொமானியா வருமாறு அழைக்கிறார் ஹின்கெல்.

பல வாக்குவாதங்களுக்குப் பிறகு ஒப்பந்தம் கையெழுத்தாகிறது. நெப்பலோனி ஆஸ்டர்லிச்சிலிருந்து தன் படைகளை விலக்கிக்கொள்கிறார்.

மாபெரும் வெற்றியைச் சாதித்த மனநிலையில் ஹின்கெல் தன் வேலைகளிலிருந்து ஓய்வு எடுத்துக்கொண்டு சாதாரண உடையணிந்து வேட்டைக்குப் போகின்றார். இதே வேளையில் பார்பரும், படைத்தலைவரும் ராணுவ அதிகாரியின் உடையணிந்து சிறையிலிருந்து தப்புகின்றனர்.

சிறையிலிருந்து தப்பித்த பார்பர் என நினைத்து சர்வாதிகாரி ஹின்கெல் கைது செய்யப்பட, அதே சமயம் படைத்தலைவர் ஸ்சுல்ட்ஜுடன் இருக்கும் பார்பரை (உருவ ஒற்றுமை காரணமாக) ஹின்கெல் என நினைத்து வீரர்கள் மரியாதை செலுத்தி அழைத்துச் செல்கின்றனர்.

பார்பரும், ஸ்சுல்ட்ஜும் அமர்ந்திருக்கும் கார் இப்பொழுது ஆயிரக்கணக்கான வீரர்களும், மக்களும் கூடியிருக்கும் திடலருகே வருகிறது. ஹின்கெல் என நினைத்து பார்பரை வரவேற்கும் ராணுவ அதிகாரி, 'உங்கள் வார்த்தைக்காக உலகம் காத்திருக்கிறது, வாருங்கள்' என்று மேடையை நோக்கி அழைத்துச்செல்கிறார்.

படைத்தலைவர் ஸ்சுல்ட்ஜ் பார்பரிடம், 'சந்தர்ப்பத்தைப் பயன்படுத்து' என்கிறார்.

"என்னை மன்னிக்க வேண்டும். நான் சக்கரவர்த்தியாக விரும்பவில்லை. அது என் வேலை இல்லை. நான் யாரையும் ஆள விரும்பவில்லை. நான் ஒவ்வொருவருக்கும் உதவவே விரும்புகிறேன்...

இந்த உலகம் வளமையானது, நம் அனைவருக்கும் இங்கு இடம் இருக்கிறது. நாம் அழகான, சுதந்திரமான உலகை உருவாக்க வேண்டும்.

ராணுவ வீரர்களே, அடிமைப்படுத்துவதற்காகப் போராடாதீர்கள், சுதந்திரத்திற்காகப் போராடுங்கள்" என்று மகத்தான உரையாற்றுகிறார்.

சாப்ளினின் மகத்தான உரையுடன் படம் முடியும்போது, பார்க்கும் நம் இதயம் கனக்கிறது. எத்தனை அற்புதமான உரை. இந்த அமெரிக்கத் திரைப்படம் 1940 இல் வெளியானது.

Charlie Chaplin
THE
Great DICTATOR
HE TALKS...

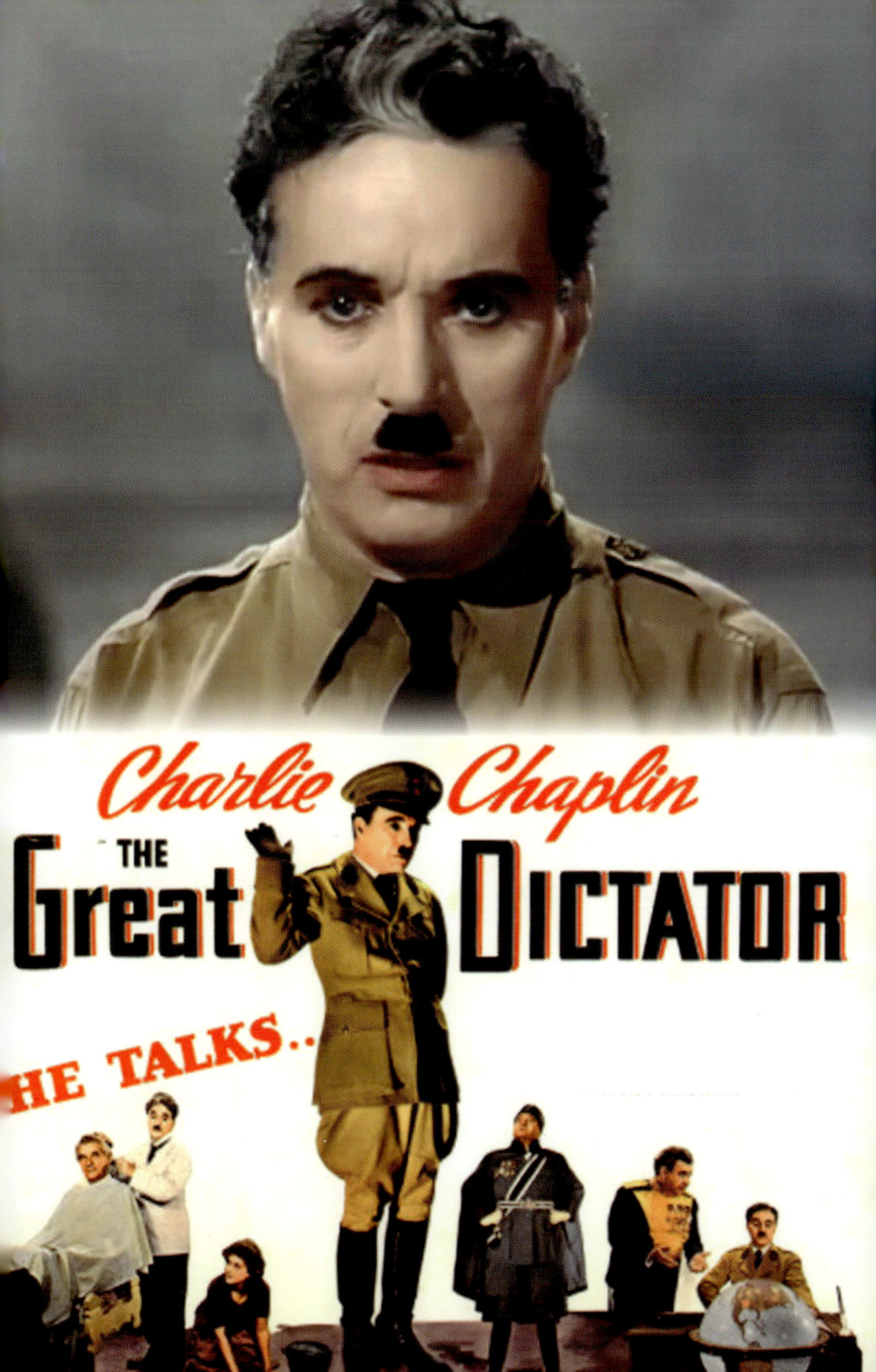

வெளியாகி 75 ஆண்டுகளைத் தொட்டுவிட்ட பிறகும், அந்த உரையில் இருக்கும் உண்மை நம்மைத் தாக்குகிறது.

சாப்ளின் இதற்குமுன் எந்தப்படத்திற்கும் முழுமையான திரைக்கதையுடன் படப்பிடிப்புக்குச் சென்றதில்லை. இப்படத்தின் திரைக்கதைக்காக மட்டும் இரண்டு வருடங்கள் உழைத்திருக்கிறார்.

படத்தில் சாப்ளின் ஹிட்லரை பயங்கரமாகக் கிண்டலடித் திருப்பார். ஒரு காட்சியில் ஹிட்லர் பெருங்கூட்டத்தில் பேசுவார். அவர் கையை உயர்த்த, பெருங் கூட்டம் கைதட்டும்; கையை இறக்க, சட்டென்று கைதட்டல் அடங்கும். ஒட்டுமொத்த நாட் டையே தன் விரல் அசைவில் வைத்திருப்பவர்போல் பேசுவார். பேசி முடித்து கிளம்பிக்கொண்டிருப்பார், அப்போது அவரது அமைச்சரான ஹெர்ரிங் இன்னொருவரை சற்றுக் குனிந்து வணங்கும்போது, பின்னால் நிற்கும் ஹின்கெல்லை இடித்துவிட, அவர் படிகளில் கடகடவென உருண்டு கீழே விழுவார். இதுதான் உலகின் சர்வாதிகாரி என்று சொல்லும் ஹிட்லரின் நிலை என்று சர்வசாதாரணமாகச் சொல்லிக்கொண்டு செல்வார்.

அதே போன்று புகழ் பெற்ற காட்சியான, ஹின்கெல் பலூன் வடிவிலான உலக உருண்டையை வைத்துக்கொண்டு நடனம் ஆடும் காட்சி. உலகமே தன் கையில் என்பது போல உலக உருண்டை பலூனுடன் பரவசமாக ஆடுவார். பந்தைக் கையால் தள்ளுபவர், காலால் உதைப்பார். தன் பிருஷ்டத்தால் உயரப் பறக்கவிடுவார், இவ்வாறு ஆடிக்கொண்டிருக்கும்போது சட்டென பலூன் வெடித்துவிடும். ஹிட்லரின் ஆசைகள் இவ்வாறுதான் ஒன்றுமில்லாது போய்விடும் என்று சொல்லியிருப்பார். பின்வரும் நிகழ்ச்சிகளை முன்கூட்டியே கூறியது போல ஹிட்லரின் ஆசைகள் அனைத்தும் பின்னாளில் நிராசைகள் ஆகிவிட்டன.

இந்தப் படத்தை சாப்ளின் தொடங்கும்போது பல எதிர்ப்புகள், பல எதிர்மறையான விமர்சனங்கள் வந்தன. சென்சார் பிரச்சினை வரும், படத்தை ரிலீஸ் செய்யவே முடியாது என்றெல் லாம் பயமுறுத்தினார்கள். ஆனால், சாப்ளின் உறுதியாக நின்றார். படத்தைப் பெரும்பொருட்செலவில் தானே தயாரித்தார். அவர் படங்களிலே அதிக வசூல் செய்த படம் இதுதான்.

ஹிட்லரைப் போன்று நடிக்கவேண்டுமென்பதற்காக அவரது பல நியூஸ் ரீல்களைத் தேடிப்பிடித்துப் பலமுறை பார்த்திருக்கிறார். 'ட்ரையம்ப் ஆஃப் வில்' என்னும் நாஜிகள் பற்றிய பிரச்சாரப் படமும் சாப்ளினுக்குப் பேரளவில் உதவியிருக்கிறது. அந்தப் படத்தை நியூயார்க்கில் சிறப்புத் திரையிடலின் போது சாப்ளின் பார்த்துள்ளார். அப்போது பிரெஞ்சுத் திரைப்பட இயக்குநர் ரேன்

கிளேர் உடன் இருந்திருக்கிறார். ரேன் கிளேர் படத்தைப் பார்த்து விட்டு, 'பொய் உண்மைபோல் எவ்வளவு வலுவாகச் சொல்லப் பட்டிருக்கிறது' என்று பயந்திருக்கிறார். ஆனால், அருகில் அமர்ந் திருந்த சாப்ளினோ படத்தைப் பார்த்து விழுந்து விழுந்து சிரித்திருக்கிறார்.

உண்மையில் ஹிட்லர் சாப்ளினின் மிகப் பெரிய ரசிகர். சாப்ளினை தவறுதலாக யூதர் என்றே நினைத்துக்கொண்டிருந்தார். சாப்ளின் ஏனோ அதை மறுக்கவில்லை.

இக்கட்டுரையை முடிக்கும் முன் நம் எல்லோருக்கும் எழும் கேள்வி, ஹிட்லர் இப்படத்தைப் பார்த்தாரா? ஆம்! பார்த்தார். ஒருமுறையல்ல, இருமுறை. இப்படத்தைப் பார்த்து அவர் எவ்வித மனமாற்றமும் அடையவில்லை என்பது வரலாறு. ஆனால், படத்தைப் பார்த்துவிட்டு அழுதிருக்கிறார்.

❖

4

தி கிங்ஸ் ஸ்பீச்
(The King's Speech)

அண்ணன் அரச பதவியைத் துறந்ததால், பதவியில் விருப்பம் அற்ற தம்பி அரசராகிறார். அப்போது இரண்டாம் உலகப் போர் வருகிறது. போர் அறிவிப்பைப் பற்றி மக்களிடம் வானொலியின் மூலம் உரையாற்ற வேண்டும். நேரடி ஒலி பரப்பு அது. அவருக்கோ திக்குவாய்ப் பிரச்சினை. போரில் அனைவரும் ஒன்றுபட்டுப் போராட அரசனின் பேச்சு முக்கியம். இந்தச் சவாலான சூழ்நிலையை அவர் எப்படிச் சந்தித்தார் என்பது தான் 'தி கிங்ஸ் ஸ்பீச்' திரைப்படம்.

இங்கிலாந்து அரசர் ஐந்தாம் ஜார்ஜின் இரண்டாவது மகன் இளவரசர் ஆல்பர்ட். இவர் யார்க்கின் இளவரசர். அரசர் ஐந்தாம் ஜார்ஜ், ஆல்பர்ட்டை வெம்ப்லி ஸ்டேடியத்தில் நடை பெறும் விழாவில் இறுதியுரை ஆற்றச் சொல்கிறார். அந்த உரை வானொலியில் உலகம் முழுவதும் ஒலிபரப்பாக ஏற்பாடு செய்யப்பட்டுள்ளது.

இளவரசர் ஆல்பர்ட் எவ்வளவு முயன்றும் ஓரிரு வார்த்தை களுக்கு மேல் அவரால் பேச முடியாமல் போகிறது.

இந்நிகழ்ச்சிக்குப்பின் இளவரசர் ஆல்பர்ட் இனித் தனக்கு நன்றாகப் பேச்சு வரும் என்ற நம்பிக்கையை இழக்கிறார். தொடர்ந்து சிகிச்சை எடுத்துக்கொள்ளவும் மறுக்கிறார். ஆனால், இளவரசி எலிசபெத் விடாது முயற்சி செய்து, புதிய மருத்துவராக லயோனல் லோக் என்பவரைக் கண்டறிகிறார். அவர் மிகவும் கண்டிப்பானவர். இளவரசர் 'பயிற்சிக்கு என் வீட்டிற்குத்தான் வந்தாக வேண்டும்' என்கிறார்.

மறுநாள் எலிசபெத்தும் ஆல்பர்ட்டும் டாக்டர் வீட்டிற்குச் செல்கின்றனர். லயோனல் அவருக்குத் திக்குவாய் வந்ததற்கான மூல காரணத்தைக் கண்டறிய, அவரது சொந்த வாழ்க்கை பற்றிப் பேசுகிறார். இளவரசருக்கு இது பிடிக்கவில்லை. அதன் பிறகு லயோனல் ஒரு புத்தகத்தைக் கொடுத்து வாசிக்கச் சொல்கிறார். அவ்வாறு அவர் வாசிக்கும்போது அவரது காதில் ஹெட்போனை மாட்டிக்கொள்ளச் சொல்கிறார். அதில் பெருஞ்சத்தத்துடன் இசை ஒலிக்கிறது.

இளவரசர் கொஞ்ச நேரம் வாசித்துவிட்டு எரிச்சலுடன் ஹெட்போனைக் கழற்றிவிடுகிறார். லயோனல் 'நன்றாகப் பேசி னீர்கள்' என்கிறார். இளவரசருக்கு அவருடைய அணுகுமுறை பிடிக்கவில்லை. 'இது எனக்கான இடமில்லை' என்கிறார். லயோனல் ஏமாற்றமடைகிறார். இருந்தாலும், அவர் போகும்போது ஒலிப்பதிவு செய்த இசைத்தட்டை, 'நினைவுப் பரிசாக வைத்துக் கொள்ளுங்கள்' என்று கூறிக் கொடுக்கிறார்.

அன்று, அரசர் ஐந்தாம் ஜார்ஜ் வானொலியில் மக்களுக்கு கிறிஸ்துமஸ் வாழ்த்துகளைத் தெரிவிக்கிறார். பின் இளவரசர் ஆல்பர்ட்டை அழைத்து, இந்த வாழ்த்துமடலை வாசி பார்க்கலாம் என்கிறார். ஓரிரு வரிகள்கூட அவரால் வாசிக்க முடியாமல் போகிறது. அரசர் கடுங்கோபமடைகிறார்.

இந்த வருத்தத்துடன் தன் அறையில் படுத்தபடி இசையைக் கேட்டுக்கொண்டிருக்கும் இளவரசருக்கு, சட்டென்று லயோனல் நினைவு வருகிறது. அவர் கொடுத்த இசைத்தட்டை எடுத்துவந்து ஒலிக்கச் செய்கிறார். அவரே ஆச்சரியப்படும்படியாக நன்றாகப் பேசியிருப்பார். இளவரசியும் இதைக் கேட்கிறார்.

மறுநாள் இளவரசரும் இளவரசியும் லயோனலைத் தேடிப் போகின்றனர். லயோனல் தசையைத் தளர்வாக வைத்துக் கொள்வது, மூச்சுப் பயிற்சி எனப் பல பயிற்சிகளைக் கொடுத் தாலும் திக்குவாய்க்கான மூலகாரணத்தைக் கண்டறிவதில் குறியாக இருக்கிறார்.

இதற்கிடையில் ஒருநாள் அரசர் ஐந்தாம் ஜார்ஜ் இறக்கிறார். மூத்த இளவரசர் டேவிட் அரசராகிறார். சில நாட்களுக்குப் பின் ஆல்பர்ட், லயோனலைச் சந்திக்க வருகிறார். பேச்சுவாக்கில் 'தன் தந்தை சிறு வயதில் தன்னிடம் போதுமான அளவு அன்பு செலுத்தவில்லை' என்று சொன்னதுடன் தன்னை வளர்த்த பெண்ணால் பாதிக்கப்பட்டதையும் சொல்கிறார். அதுதான் இளவரசரின் திக்குவாய்ப் பிரச்சினைக்கான மூலகாரணம் என்று லயோனல் அறிந்துகொள்கிறார். அன்றைய நீண்டநேர உரையாடலுக்குப் பின் இருவரும் நெருக்கமாகின்றனர்.

அன்று தன் சகோதரர் அரசர் டேவிட் வீட்டிற்கு ஆல்பர்ட்டும், எலிசபெத்தும் போகின்றனர். அங்கு டேவிட்டிடம், 'இரண்டு முறை திருமணமான அந்தப் பெண்மணியைத் திருமணம் செய்துகொள்ளாதே' என்கிறார் ஆல்பர்ட். 'ஒரு குடிமகன் தான் விரும்பிய பெண்ணை மணந்துகொள்ளும்போது நான் ஏன் அவ்வாறு செய்யக்கூடாது' என்கிறார். 'ஒரு குடிமகன் போன்று நீ செய்தால் பின் எப்படி உன்னை நீ அரசன் என்று அழைத்துக் கொள்ள முடியும்' என்கிறார். அதற்கு டேவிட், 'நீ பேச்சுப் பயிற்சி போகிறாய் அல்லவா, அதனால்தான் இவ்வளவு பேசுகிறாய்...' இதைத் திக்கி திக்கிக் கிண்டலாகச் சொன்னதும் ஆல்பர்ட் வாயடைத்துப்போகிறார்.

டாக்டர் லயோனலின் அடுத்த பயிற்சி வகுப்புக்கு ஆல்பர்ட் செல்லும் போது, 'மற்றவர்களிடம் பேசும் போது, எனக்கு நன்றாகப் பேச்சுவருகிறது. ஆனால், என் அண்ணனிடம் பேசும்போது கடுமையாகத் திக்குகிறது' என்கிறார். பின் அண்ணன் திருமணம் செய்துகொள்ளப்போகும் பெண்மணியைக் குறித்தும் சொல்கிறார். 'நான் என்ன பாடுபட்டாலும், அவனைச் சிம்மாசனத்தில் இருத்தியே தீருவேன்' என்றும் சொல்கிறார்.

அதைக் கேட்ட லயோனல் "உன் அண்ணனைவிட நீயே நல்ல அரசராக வரமுடியும்" என்கிறார். 'அது ராஜதுரோகம். நீ உன் எல்லை மீறிப் பேசுகிறாய். இனி உன்னோடு எந்தத் தொடர்பு மில்லை' என்று கூறிவிட்டுப் போய்விடுகிறார். லயோனல் தான் அதிகம் பேசிவிட்டோமோ என்று வருத்தப்படுகிறார்.

இந்நிலையில், அரசர்கள் விவாகரத்தான பெண்ணைத் திருமணம் செய்துகொள்ளக்கூடாது என்பதால், அரசர் டேவிட் அந்தப் பெண்மணிக்காக அரச பதவியைத் துறக்கிறார். ஆல்பர்ட் பெருந்தயக்கத்துடன் அரசர் பதவியை ஏற்றுக்கொள்கிறார். ஆல்பர்ட் அரசர் ஆறாம் ஜார்ஜ் ஆகிறார்.

மறுநாள், அரசரான ஆல்பர்ட்டும் எலிசபெத்தும் மீண்டும் டாக்டரைத் தேடி வீட்டுக்கு வருகின்றனர். அரசர் அவரிடம்

யுகன் ● 35

மன்னிப்புக் கேட்கிறார். லயோனலும் அரசரிடம் மன்னிப்புக் கேட்டுக்கொள்கிறார். மீண்டும் இருவரும் நட்பாகின்றார்கள்.

லயோனலின் தொடர் பயிற்சியினால் அரசர் ஆல்பர்ட்டிற்கு ஓரளவுக்குப் பேச்சு நன்றாக வருகிறது. இந்தச் சமயத்தில் இரண்டாம் உலகப்போர் மூள்கிறது. இங்கிலாந்து ஜெர்மனி மீது போர் தொடுக்க வேண்டும். அரசர் அதை வானொலியில் அறிவித்தாக வேண்டும். நாடு முழுவதும் லட்சக்கணக்கான பேர் கேட்டுக் கொண்டிருப்பார்கள். அத்துடன் இது போர் அறிவிப்பு என்பதால் ஒவ்வொரு வார்த்தையும் முக்கியம். அரசர் முன் கடுஞ்சவால் காத்திருக்கிறது. லயோனல் அவருக்கு நம்பிக்கை ஊட்டுவதுடன் கடுமையான பயிற்சிகளும் தருகிறார். அரசர் சலிப்படையும் போதெல்லாம் அவரைத் தூண்டுகிறார்.

வானொலியில் பேச வேண்டிய தருணம் வருகிறது. பெரும் பதற்றத்துடன் அறைக்குள் நுழைகிறார். டாக்டர் லயோனல் அரசருடன் இருக்கிறார். அரசர் லயோனலிடம் 'நான் மட்டும் இன்று நன்றாகப் பேசிவிட்டால் உங்களுக்கு நன்றி சொல்வதற்கு வார்த்தையே இல்லை' என்கிறார். நேரடி ஒலிபரப்பு தொடங்குகிறது. லயோனல் அருகில் நின்றுகொண்டு அவர் தடுமாறும் இடங்களில் எல்லாம் சைகை மூலமே எடுத்துச்சொல்லி அவரைத் தொடர்ந்து பேசச் செய்வார். இறுதியில் அனைவரும் ஆச்சரியப்படும் வகையில் அரசர் நன்றாகப் பேசிவிடுவார். வெளியில் அமர்ந்திருக்கும் ராணி எலிசபெத் நிம்மதிப் பெருமூச்சு விடுகிறார்.

லயோனல், 'நன்றாகப் பேசினீர்கள்' என்று பாராட்டுகிறார். அரசர் நன்றிப்பெருக்குடன் 'நன்றி நண்பரே' என்கிறார். அத்துடன் படம் நிறைவடைகிறது.

2010இல் வெளியான இப்பிரிட்டிஷ் திரைப்படம் அரசர் ஆறாம் ஜார்ஜின் வாழ்க்கையை அடிப்படையாகக் கொண்டது. திரைக்கதை ஆசிரியர் டேவிட் சைட்வருக்கு சிறுவயதில் திக்கு வாய்ப் பிரச்சினை உண்டு. அரசர் ஆறாம் ஜார்ஜுக்கும் தன் போல் திக்குவாய்ப் பிரச்சினை இருந்து, பின்னர் சரியானது அவருக்குப் பெருந்தூண்டுதலாக இருந்தது. தொடர்ந்து அரசரைப் பற்றிய தகவல்களைத் தேடத் தொடங்கியுள்ளார். அதில் அரசருக்கும் அவரின் திக்குவாய்ப் பிரச்சினையைத் தீர்த்த டாக்டர் லோக்கிற்கும் இடையே இருந்த நட்பு அவரைக் கவர்ந்தது.

அவர்கள் இருவரின் நட்பை மையமாக வைத்து திரைக்கதை எழுதலாமே என்ற யோசனை எழுந்ததும், தீவிரமாக எழுதத் தொடங்கினார்.

இதற்கிடையில் டாக்டர் லோக்கின் மகனைச் சந்தித்தார். அவர் தன் தந்தையின் டைரியுடன் அரசர் அவருக்கு எழுதிய கடிதங்களையும் கொடுத்தார். ஆனால், படமெடுக்க ராணியின் அனுமதி பெறவேண்டுமே என்றார்.

எலிசபெத் ராணி அனுமதித்தார். 'ஆனால், அரசர் பட்ட துன்பங்களும், அவர் பற்றிய நினைவுகளும் என் மனதில் பசுமையாக இருப்பதால், என் மறைவிற்குப் பின்னால் படமெடுங்கள்' என்றார். இதைச் சொன்னபோது ராணிக்கு 79 வயது. அவர் மறைந்தபோது 101. படம் கிட்டத்தட்ட 22 ஆண்டுகள் தள்ளிப் போனது.

திரைக்கதை ஆசிரியர் டேவிட் 22 ஆண்டுகள் இந்தத் திரைக்கதையைச் சுமந்தபடி அலைந்தது வீண்போகவில்லை. படம் வெளியாகி சிறந்த திரைக்கதை, சிறந்த நடிகர், சிறந்த திரைப்படம், சிறந்த இயக்குநர் என நான்கு விருதுகள் பெற்றது. சிறந்த திரைக் கதைக்கான விருது பெற்றபோது டேவிட்டிற்கு வயது 73. மிக முதிய வயதில் சிறந்த திரைக்கதைக்கான ஆஸ்கர் விருதைப் பெற்றவர் என்ற சாதனையைப் படைத்தார்.

ஒரு படத்தின் வெற்றியில் பெரும்பங்கு திரைக்கதைக்கு உண்டு. இந்தப் படத்தைப் பார்க்கும்பொழுது அது இன்னும் உறுதிப்படும். ஒரு மெல்லிய கதையை வைத்துக்கொண்டு மிகச் சிறப்பான திரைக்கதை அமைப்பது எப்படி என்பதை இப்படம் பார்த்து நாம் கற்றுக்கொள்ளலாம். அத்துடன் இரண்டாம் உலகப் போர்க் காலகட்ட அரசியலையும் தெரிந்துகொள்ளலாம்.

டாம் கூப்பரின் இயக்கம் பற்றியும் குறிப்பிட்டாக வேண்டும். 'அவரை அரசராக இல்லை, ஒரு மனிதனாக பார்வையாளர்களைப் பார்க்கவைப்பதுதான் என் நோக்கம். ஒரு அரசரைப் பற்றிய படத்திற்குரிய அனைத்து கிளிஷேக்களையும் நீக்கியதுதான் என் முதல்வேலை' என்றார்.

அரசராக நடித்த கொலின் ஃபிர்த், அரசியாக நடித்த ஹெலனா, டாக்டராக நடித்த ஜெப்ரி ரஷ் மூவரின் நடிப்பால் படம் உயர்தரமானதாக மாறுகிறது.

படத்தின் இறுதிக்காட்சி ஒருநாள் கிரிக்கெட்டின் கடைசி ஓவர்களைப் போல பரபரப்பாக இருக்கும். மன்னர் திக்கிவிடாமல் நன்றாகப் பேசிவிடவேண்டுமே என்ற படபடப்பும், அவர் நன்றாகப் பேசிய பின் ஏற்படும் மகிழ்ச்சியும் திரையில் உள்ளவர்களோடு சேர்ந்து நமக்கும் ஏற்படுவதுதான் படம் அடைந்த வெற்றி.

❖

5

சந்தேசம்
(Sandhesam)

அண்ணன் பிரபாகரன் ஒரு கட்சி. தம்பி பிரகாசன் ஒரு கட்சி. சமீபத்தில் நடந்த சட்ட சபைத் தேர்தலில் அண்ணனின் கட்சி தோற்று தம்பியின் கட்சி ஆட்சியைப் பிடிக்கிறது. கட்சி தொடர்பாக வீட்டிலும் வெளியிலும் எதிரிகளைப் போல் மோதிக்கொள்கிறார்கள். முப்பது வருடம் உழைத்துக் களைத்து ஓய்வுக்காலத்தை நிம்மதி யாகப் பிள்ளைகளுடன் சந்தோஷமாகக் கழிக்க லாம் என்று நினைக்கும் தந்தைக்கு, இந்தச் சூழ்நிலை எப்படி இருந்தது, எவ்வாறு அவர்களை தான் விரும்பிய பாதைக்கு மாற்றினார் என்பது தான் சந்தேசம் என்னும் இத்திரைப்படம்.

ராகவன்நாயர் 33 ஆண்டுகள் தமிழ்நாட்டில் உள்ள ஒரு கிராமத்தில் ஸ்டேஷன் மாஸ்டராகப் பணியாற்றி, தற்போது ஓய்வு பெற்று தன் சொந்த ஊரான கேரளாவிற்குத் திரும்புகிறார். அவருக்கு மூன்று மகன்கள். இரு மகள்கள். ஒரு மகளுக்குத் திருமணமாகி குழந்தைகள் இருக்கின்றன. அவளின்

கணவன் ஆனந்தன். அவர் சப் இன்ஸ்பெக்டராகப் பணிபுரிகிறார். இன்னொரு மகள் திருமணத்திற்காகக் காத்திருப்பவள். மூத்த மகன் பிரபாகரன் சட்டம் படித்தவன். கட்சியே கதியென்று இருப்பவன். அவன் ஆர்.டி.பி கட்சியின் தீவிரமான தொண்டன். ஆர்.டி.பி கட்சி என்பது உண்மையில் கம்யூனிஸ்ட் கட்சி. இன்னொரு மகன் பிரகாசன், பி.எஸ்.சி படித்தவன், ஐ.என்.எஸ்.பி கட்சியில் தீவிர தொண்டன். ஐ.என்.எஸ்.பி என்பது காங்கிரஸ். இருவரும் வருமானம் எதுவும் இல்லாமல் தன் செலவுக்குத் தந்தையிடம் எதிர்பார்ப்பவர்கள். கடைசி மகன் பள்ளியில் படிக்கிறான்.

அன்று ஆர்.டி.பி கட்சி அலுவலகம் எதிரிலேயே ஐ.என். எஸ்.பி கட்சியினர் தெருமுனைக்கூட்டம் போட்டு, 'தேர்தலில் தோற்றால் பாதி மீசையை எடுத்துவிடுவோம் என்றீர்களே இப் பொழுது எடுங்கள்' என்கிறார்கள். இதைத் தன் கட்சி அலுவலகத் தின் வராண்டாவில் நின்று பிரபாகரன் பார்க்கிறான். கூட்டத்தில் நின்றிருக்கும் பிரகாசன் அவனைப் பார்த்து கிண்டலாகச் சிரிக் கிறான்.

தம்பி கேலி செய்வானே என்ற தயக்கத்துடனே வீட்டின் கொல்லைப்புறம் வழியாக வீட்டுக்குள் வருகிறான் பிரபாகரன். சாப்பிட்டுக்கொண்டிருக்கும் தம்பி, 'தோற்றவன் கொல்லைப்புறம் வழியாகத்தானே நுழையமுடியும்' என்கிறான். சாப்பிடும் பொழுதும் இருவரும் கட்சி பற்றி வாக்குவாதம் செய்கின்றனர். பையன்கள் வாக்குவாதம் செய்வது தந்தைக்குப் பெருமை யாகத்தான் இருக்கிறது. நம் பிள்ளைகள் ஒருநாள் பெரிய ஆட் களாக வருவார்கள் என்று தன் மனைவியிடம் கூறுகிறார்.

ஆனால், போகப் போக மகன்களின் செயல்களால், பொறுப் பில்லாமல் சுற்றித் திரிகிறார்கள் என்ற எண்ணமே ஏற்படுகிறது.

இந்தச் சமயத்தில் சப் இன்ஸ்பெக்டராக இருக்கும் அவரின் மருமகன் முந்தைய ஆட்சியின்போது ஆளுங்கட்சியினரின் பேச்சைக்கேட்டு ஐ.என்.எஸ்.பி கட்சியினர் பலரைக் கைது செய்து, அடித்துமிருப்பார். அதற்குப் பழிவாங்கும்விதமாக இப்போது அவரை ஊர்ஊராக மாறுதல் செய்து பந்தாடுகின்றனர்.

இதுபற்றி பிரகாசனிடம் கூறி ஏதாவது செய்யக் கூடாதா என்று சகோதரி கேட்டபோது, 'அவர் எங்கள் மண்டலச் செய லாளரை அடித்திருக்கிறார். அந்த விஷயத்தில் நான் தலையிட் டால் என் அரசியல் எதிர்காலம் பாதிக்கும்' என்று கூறிவிடுகிறார்.

இதுபோன்ற சூழ்நிலையில் ராகவன்நாயர் தன் நிலத்தில் விவசாயம் செய்யலாம் என்று திட்டமிடுகிறார். அதற்கு ஒரு விவசாய அதிகாரி ஒருவரின் ஆலோசனையையும் பெறுகிறார்.

விவசாய அதிகாரியுடன் ஒரு கட்டத்தில் ராகவன்நாயருக்கு நல்ல மரியாதை ஏற்படுகிறது. விவசாய அதிகாரிக்கும் ராகவன் நாயரின் இளைய மகளைத் திருமணம் செய்துகொள்ளலாம் என்ற எண்ணம் ஏற்பட, ராகவன்நாயரின் நண்பர் அதை ராகவன் நாயரிடம் பேசி திருமணத்திற்குச் சம்மதிக்க வைக்கிறார்.

விவசாய அதிகாரி தன் கட்சிக்கு நன்கொடை கொடுக்காமல் அவமானப்படுத்தியதை மனதில் கொண்டு அவருக்குப் பெண் கொடுக்கக்கூடாது என்கிறான் பிரகாசன். ராகவன்நாயர் அவர் பேச்சைப் பொருட்படுத்தவில்லை.

இந்நிலையில் மாறுதல் செய்யப்பட்டுக்கொண்டே இருந்த அவரின் மருமகனை இப்போது தற்காலிகப் பதவி நீக்கமும் செய்துவிடுகிறார்கள். மகள், தன் கணவன் குழந்தைகளுடன் ராகவன்நாயர் வீட்டிற்கு வந்து விடுகிறார். ஒருநாள் சின்ன பிரச்சினைக்காக பிரகாசனுடன் சண்டை ஏற்பட்டு, அவர்கள் கோபித்துக்கொண்டு வீட்டை விட்டு வெளியேறிப் போகின்றனர்.

அண்ணன் தம்பி இருவரும் கட்சியின் பெயரால் வீட்டிற்குள் போடும் சண்டைக்குக் குறைவே இல்லை. ஒருமுறை பிரபாகரன் வீட்டின் முன்னால் கம்பம் கட்டி கட்சிக்கொடி ஏற்ற, அவர் களுக்குள் அடிதடிச் சண்டை ஏற்பட்டு, விலக்கப்போன ராகவன் நாயருக்கு மண்டை உடைகிறது.

ஆனாலும் ராகவன்நாயர் பொறுமையுடனே இருக்கிறார். ஒருநாள் தன் பிள்ளைகள் மாறிவிடுவார்கள் என்ற எண்ணத்திலே இருக்கிறார். இந்நிலையில் தோட்டத்தை விற்று, தன் இளைய மகளின் திருமணத்தை நடத்திவிடலாம் என்ற அவரின் எண் ணமும் தகர்கிறது. ஏற்கனவே அந்த நிலத்தை மூத்த மகன் பிரபா கரன் கட்சிக்காக அடகு வைத்திருப்பான். பணம் கட்டாததால் ஜப்தியும் வந்துவிடும்.

ராகவன்நாயர், மகள் திருமணத்திற்கு எப்படிப் பணம் புரட்டுவதென்று திகைத்துப்போகிறார். மருமகன் நல்லவர் என்ப தால் அவர் சம்மதத்துடன் எளிய முறையில் பதிவுத் திருமணம் செய்து வைக்கிறார். ஒரு அனாதை போலத் தன் மகளுக்கு இப்படித் திருமணம் நடந்திருக்கிறதே என்ற வேதனையில் மனைவிக்கு நெஞ்சுவலி வந்துவிடுகிறது.

அவர் மருத்துவமனையில் சேர்க்கப்படுகிறார். மகன்கள் இருவரும் வந்து எட்டிக்கூடப் பார்க்கவில்லை. ராகவன்நாயர் மிகுந்த வேதனையடைகிறார். குணமான மனைவியை வீட்டிற்கு அழைத்து வருகிறார். அந்தச் சூழ்நிலையில் மகள் மருமகனுடன் சொத்தில் பங்கு கேட்டு வருகிறாள். ராகவன்நாயர் பொறுமையிழக்கிறார். தன் மகளிடம், 'நிலம் ஏற்கனவே ஜப்தியாகிவிட்டது. இருக்கிறது வீடு ஒன்றுதான். அது நாங்கள் இருக்கிறவரையில் பிரிக்கும் எண்ணமில்லை' என்கிறார். மருமகனிடம், 'யார் சம்பாதித்த சொத்துக்குப் பங்கு கேட்டு வந்திருக்கிறாய்' என்று திட்டுகிறார். பின் 'இரு மகன்களையும் பார்த்து இனி எனக்கு மகன்களும் இல்லை மருமகனும் இல்லை' என்று கூறி அனைவரையும் வீட்டை விட்டுத் துரத்துகிறார்.

அன்று இரவு ராகவனின் நண்பர் ராகவனை சமாதானம் செய்கிறார். அவர்கள் மனம் திருந்தி வந்திருக்கிறார்கள். அவர்களை வீட்டில் சேர்த்துக்கொள்ளுங்கள் என்கிறார். வெளியில் காத்திருந்த பிரபாகரனும் பிரகாசனும் வீட்டிற்குள் வருகின்றனர்.

மறுநாள் காலை, தந்தையிடம் ஆசி பெற்றுக்கொண்டு பிரபாகரன் வக்கீல் வேலைக்குப் போக, பிரகாசன் வேலைதேடி நேர்காணலுக்குப் போகிறான். படம் நிறைவடைகிறது.

எதிரெதிர்க் கருத்துடைய இரு கட்சி அரசியல் வீட்டுக்குள் வந்துவிட்டால் என்ன ஆகும் என்பதை இப்படம் சொல்கிறது. உள்ளூர் கட்சித் தலைவர்கள் பிரபாகரனையும் பிரகாசனையும் எப்படித் தந்திரமாக ஏமாற்றுகிறார்கள். தான் ஏமாறுவதுகூடத் தெரியாமல் அவர்கள் இருக்கிறார்கள் என்பதையும் படம் சொல்கிறது.

தன் தாய் நெஞ்சுவலியால் மருத்துவமனையில் சேர்க்கப்பட்டிருக்கும் போதுகூட பந்த் வேலை இருக்கிறது என்று பிரபாகரன் போய்விடுகிறான். ஆனால், அவரது உள்ளூர் கட்சித் தலைவர் '3ஆம் தேதி என் வீட்டில் விசேஷம், நாலாம் தேதி பந்த் வைத்துக் கொள்ளலாம்' என்று சொல்பவராகத்தான் இருக்கிறார்.

பிரபாகரனை, 'திருமணம் கட்சி வேலைக்கு இடையூறாக இருக்கும், அதனால் செய்துகொள்ளாதே' என்கிறார் தலைவர். 'நீங்கள் ஏன் திருமணம் செய்துகொண்டீர்கள்' என்று பிரபாகரன் எதிர்க்கேள்வி கேட்கும்பொழுது, 'இப்பொழுது உன் பிரச்சினையை மட்டும்தான் பேசவேண்டும்' என்பார்.

அதே போன்றுதான் தம்பி பிரகாசன் கட்சியின் மண்டலச் செயலாளரும் தொடர்ந்து அவனை வேலை வாங்குவார். அவனை

பணம் செலவழிக்கவைப்பார். அதேசமயம் அவனை முன்னேற விடாமலும் பார்த்துக்கொள்வார்.

இவர்கள் இருவரையும் மட்டுமல்லாமல், இவர்கள் குடும் பத்தையும் பயன்படுத்திக்கொள்ளும் கட்சித்தலைவர்கள், அவர் கள் குடும்பத்தினர் கஷ்டப்படும்போது அதைக் கண்டுகொள்வதே இல்லை.

கட்சி, சமயத்தில் இவர்களை மனிதத் தன்மையற்றவர் களாகவும் மாற்றிவிடுகிறது. பிரகாசனின் தங்கையை மணந்து கொள்ளப்போகும் விவசாய அதிகாரியை அவர் ஒருமுறை நன்கொடை தர மறுத்தார் என்ற காரணத்திற்காக ஏதோ ஒரு சிறிய கிராமத்திற்குச் சொந்த அண்ணனே மாறுதல் செய்ய வைப்பது நம்மை அதிர வைக்கிறது.

ராகவன்நாயராக நடித்திருக்கும் திலகனின் கதாபாத்திரம் அற்புதமானது. அன்பான தந்தையாக இருக்கும் அவர், தன் மூத்த மகன் கட்சிக்காரர் ஒருவருக்கு அடைக்கலம் கொடுத்ததால் ஜெயிலுக்குப் போக நேர்கிறது. அவர்கள் கட்சிக் கொடி கட்டி யதில் சண்டைபோட்டு விலக்கப் போக, இவர் மண்டை உடை கிறது. அப்பொழுதும் அவர் பொறுமையாவே இருக்கிறார். முப்பது வருடம் ரயில்வேயில் வேலைபார்த்த தன்னை யாருக்குத் தெரியும், பொது வாழ்க்கையில் இருந்தால் நாடே அறியும் என்று தொடக்கத்தில் நம்பியவரின் நம்பிக்கையை இருவரின் சிந்தனையற்ற கட்சிவெறி குலைக்கிறது.

ஒரு கட்டத்தில் பொறுமையிழந்தவர், ‘தன் தந்தைக்கும் தாய்க் கும் ஒருவேளை சோறிட முடியாத நீங்கள் எப்படி நாட்டு மக்க ளின் பசியைப் போக்கப்போகிறீர்கள்; எந்த வேலைக்கும் போகாமல் வெட்டியாகக் கொடிபிடித்துத் திரிவதல்ல அரசியல்; எதுக்கும் உபயோகமற்ற நீங்கள் எப்படி நாட்டைக் காக்கப் போகிறீர்கள்’ என்பார்.

ஒருமுறை கட்சிக் கொடிக் கம்பம் அமைக்க பாக்கு மரத்தை பிரகாசனும் மண்டலச் செயலாளரும் வந்து வெட்டிச் செல்வார் கள். எத்தனை ஆண்டுகள் பாடுபட்டு வளர்த்த மரத்தை வெட்டி விட்டீர்களே என்று ராகவன்நாயர் பதறுவார். அதுபற்றி மகனுக்கு எந்த அக்கறையும் இல்லை. விவரமறியாமல் இருக்கும் இளைஞர் களை கட்சிகள் எப்படிப் பயன்படுத்திக்கொள்கின்றன என்பதை படம் துணிவுடன் பேசுகிறது.

மலையாளத்தின் கிளாசிக் சினிமாக்களில் ஒன்றாகப் போற்றப் படும் இத் திரைப்படத்தின் இயக்குநர் மலையாளத்தின் முதன் மையான இயக்குநர்களில் ஒருவரான சத்யன் அந்திக்காடு. திரைக் கதை எழுதியவர் நடிகர், இயக்குநர், திரைக்கதை ஆசிரியர் எனப் பன்முகத்தன்மை கொண்டவரான சீனிவாசன். சீனிவாசன் திரைக் கதை எழுதியதோடு ஆர்.டி.பி. கட்சியின் தொண்டன் பிரபாகர னாகவும் நடித்திருப்பார். பிரகாசனாக நடித்திருக்கும் ஜெயராமின் நடிப்பும் அற்புதமாக இருக்கும்.

'சந்தேசம்' என்றால் சூசகமாகச் சொல்லப்பட்ட செய்தி என்று பொருள். ஒருவர் கட்சி கட்சி என்று சிந்தனையின்றி அலைந்து தன் குடும்ப வாழ்க்கையை இழந்துவிடக்கூடாது. குடும் பத்தினரின் அன்பை இழந்தபிறகு பெறுவதற்கு ஒன்றுமில்லை என்பதுதான் படம் சூசகமாகச் சொல்லும் செய்தி.

❖

6

ராஜ்நீதி
(RAAJNEETI)

அரசியல் குடும்பத்தைச் சேர்ந்த சமர் அரசியலே வேண்டாமென்று ஓடுபவன். அப்படி ஒதுங்கி ஓடுபவனையும் காலம் அரசியலுக்குள் நுழைத்து பகடைக்காயாய் உருட்டுகிறது. அவனைத் தன் சொந்த சகோதரர்கள் கூடவே சண்டையிடவும் வைக்கிறது. அவன் இலக்கில் வெற்றிபெறுகிறான். ஆனால், மதிப்பிற்குரியவற்றை இழந்தும்விடுகிறான். இதுதான் 'ராஜ்நீதி' திரைப் படம்.

பாரதி ராயின் கடந்தகால நினைவுடன் படம் தொடங்குகிறது. பாரதி ராய் முதலமைச்சர் ராம்நாத் ராயின் மகள். ஆனால், அவளுக்குத் தன் தந்தையின் கட்சியைப் பிடிக்காது. இடதுசாரி இயக்கத்தலைவர் பாஸ்கர் சன்யாலுடன் இணைந்துகொண்டு தன் தந்தையின் ஆட்சிக்கு எதிராகவே போராடுகிறாள். பாஸ்கர் சன்யாலின் மீது பெருமரியாதை கொண்டவள் அவள். ஒரு பலவீனமான சந்தர்ப்பத்தில் இருவரும் இணை கிறார்கள்.

A PRAKASH JHA FILM
RAAJNEETI

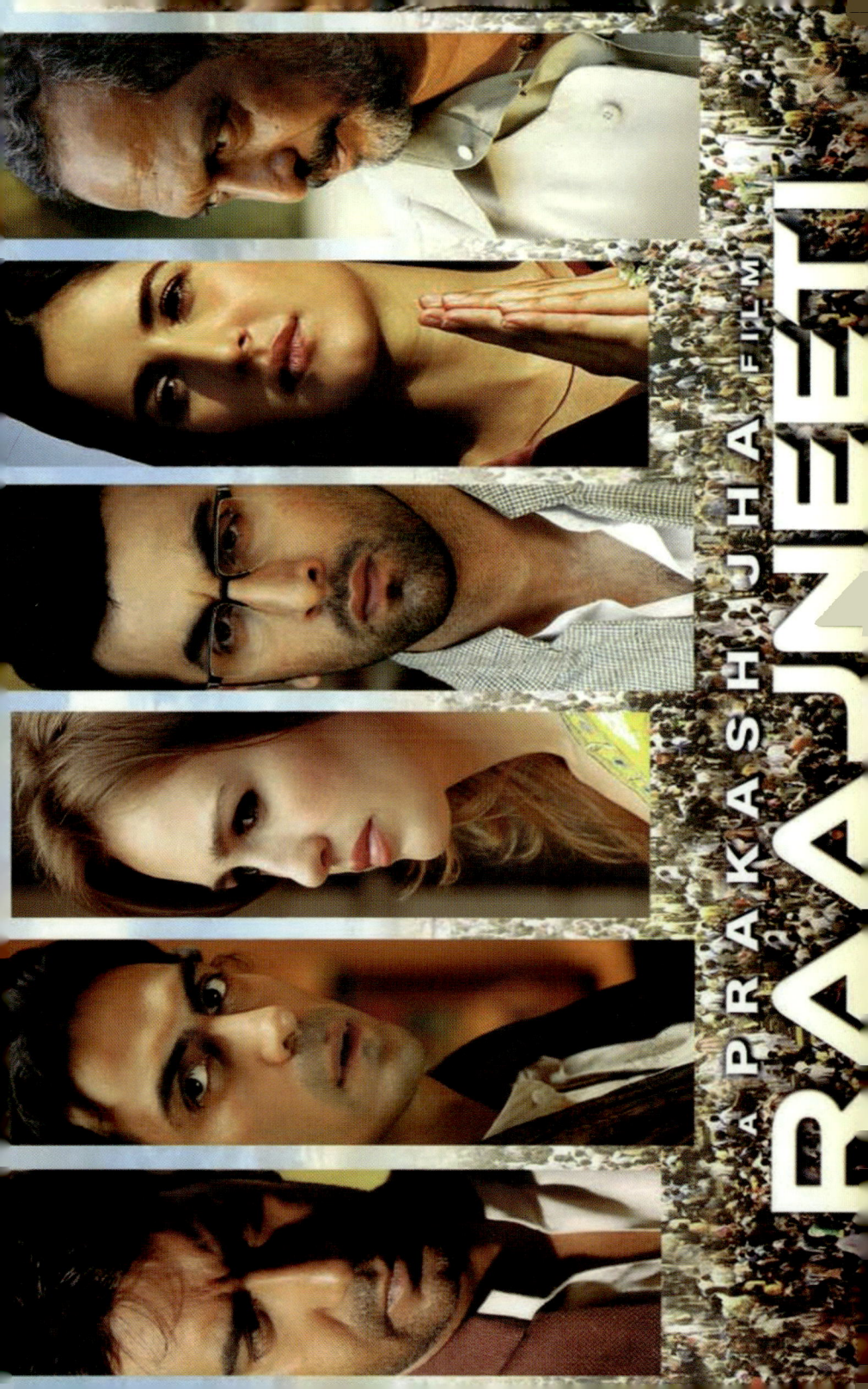

அவளே விரும்பினாலும்கூட தான் ஓர் இளம்பெண்ணிடம் இவ்வாறு நடந்துகொண்டோமே என்ற குற்ற உணர்வில் பாஸ்கர் சன்யால் கடிதம் எழுதிவைத்துவிட்டு ஊரைவிட்டே போய் விடுகிறார். சில மாதங்களில் பாரதிக்கு ஆண்குழந்தை பிறக்கிறது. அடுத்தகணமே குழந்தையை எடுத்துக்கொண்டு சென்றுவிடுகிறார் அவரது வளர்ப்புச் சகோதரர் பிரிஜ் கோபால். அக்குழந்தையை ஒரு படகில் வைத்து அனுப்பிவிடுகிறார். துயரத்துடன் இருக்கும் தன் சகோதரியை சமாதானம் செய்து, ராஷ்டிரவாதி கட்சியின் தலைவர் பானு பிரதாப்பின் சகோதரர் சந்திரா பிரதாப்பிற்குத் திருமணம் செய்து வைக்கிறார்.

காலம் ஓடுகிறது. இதற்கிடையில் பானு பிரதாப்பின் ராஷ்டிர வாதி கட்சி மூன்று முறை தொடர்ந்து ஆட்சியைப் பிடிக்கிறது. ஆனால், நான்காவது முறை ஆட்சியைப் பிடிக்க முடியாமல் தோற்றுப்போகிறது. தன் சம்மந்தியான ராம்நாத் ராயின் கட்சியை ஆதரிக்கிறார்கள். சந்திரா பிரதாப் பாரதி தம்பதிக்கு இரு மகன்கள் இருக்கின்றனர். மூத்தவன் பிருத்விராஜ் பிரதாப். இன்னொருவன் சமர், அமெரிக்காவில் படிப்பவன். பானு பிரதாப் சிங்கிற்கு ஒரே மகன் வீரேந்திர பிரதாப். ஆற்றில் விடப்பட்ட அந்தக் குழந்தை சூரஜ், இப்பொழுது தலித் சமுதாயத்தின் நம்பிக்கைக்குரிய தலைவனாகக் கருதப்படுகிறான்.

அன்று சமர் பிரதாப் தன் பெரியப்பாவின் பிறந்தநாள் விழா விற்காக அமெரிக்காவிலிருந்து வருகிறான். இந்த சமர் பிரதாப்பை இந்து ஒருதலையாகக் காதலிப்பவள்.

ஒருநாள் பானு பிரதாப், 'ராம்நாத் ராய் கட்சி பெரும் ஊழலில் ஈடுபட்டு மக்களை வஞ்சிக்கிறது' என்று கூறி தங்களது ஆதரவை விலக்கிக்கொள்கிறார். இதை அறிவித்துக்கொண்டி ருக்கும்போது நெஞ்சுவலி ஏற்பட்டு மயங்கிச் சரிய, ஆஸ்பத்திரியில் சேர்க்கப்படுகிறார்.

சுய நினைவற்று இருந்த பானு பிரதாப்பிற்கு ஒருசமயத்தில் சுய நினைவு வருகிறது. தன் தம்பியையும் தம்பி மகனான பிருத்வி யையும் கட்சியை வழி நடத்தச் சொல்கிறார். சமரை 'அமெரிக்கா விற்குத் திரும்பப் போய்விடு' என்கிறார். சொந்த மகனான வீரேந்திர பிரதாப் பெருத்த அதிர்ச்சியடைகிறான்.

சூரஜ், கட்சியின் முக்கியப் பொறுப்பாளர்கள் பங்கேற்கும் கூட்டத்தில் போய் தனக்கு ஆசாத் நகர் தொகுதியில் சீட் வேண்டு மென்கிறான். பிருத்வி அதை நிராகரிக்கிறான். சூரஜின் தந்தை பிரதாப் குடும்பத்தின் கார் டிரைவர். அங்கிருக்கும் அவர்

யுகன் ● 45

அவனைத் திட்டுகிறார். அனைவரிடமும் மன்னிப்பும் கேட்கிறார். இந்தச் சமயத்தில் வீரேந்திர பிரதாப் தலையிட்டு தன் அதிகாரத்தைப் பயன்படுத்தி அவனை கமிட்டி உறுப்பினர் ஆக்குவதுடன் அவனையே ஆசாத் நகர் தொகுதியின் வேட்பாளர் என்றும் அறிவிக்கிறார்.

இந்நிலையில் தன் படிப்பைத் தொடர சமர் அமெரிக்கா கிளம்புகிறான். சமரை விமான நிலையத்தில் விட்டுவிட்டுத் திரும்பும் வழியில் சூரஜின் ஏற்பாட்டில் சந்திரா பிரதாப் சுடப்படுகிறார். தகவல் தெரிந்து சமர் வீடு திரும்புகிறார். அறுவைச் சிகிச்சை நடக்கும்போதே சந்திரா பிரதாப் இறந்துவிடுகிறார். சிறிது நாளில் வீரேந்திர பிரதாப் தூண்டுதலினால் பிருத்விராஜ் பிரதாப் மீது கற்பழிப்பு வழக்குப் போட்டு போலிசார் அவரைச் சிறையில் அடைக்கின்றனர்.

இந்நிலையில் சமர், வீரேந்திர பிரதாப்பிடம் 'தானும் தன் அண்ணனும் நிரந்தரமாக அமெரிக்கா போய்விடுகிறோம். அவரை விட்டுவிடுங்கள்' என்கிறான். அவரும் சரியென்கிறார். ஆனால், சமர் தன் வாக்கைக் காப்பாற்றாமல் அண்ணனுடன் இணைந்து ஜன சக்தி என்னும் புதிய கட்சியைத் தொடங்குகின்றான். கட்சியின் ஆலோசகராக பிரிஜ் கோபால் இருக்கிறார்.

தேர்தல் நிதிக்காக சமரும் பிரிஜ் கோபாலும் திட்டமிட்டு இந்துவை பிருத்வி மணக்கும்படி செய்கின்றனர். விருப்பமின்றி இந்து பிருத்வியை மணக்கிறார்.

தேர்தல் வேலை மும்முரமாக நடக்கத் தொடங்குகிறது. இரு தரப்பும் மாறிமாறி பிறரின்மீது குற்றச்சாட்டுகளைக் கூறுகிறார்கள். இந்த நிலைமையில் சமரும் பிரிஜ்கோபாலும் இணைந்து ராஷ்டிரவாதி கட்சியின் பாபுலாலை ஒரு விஷயத்தில் தந்திரமாகச் சிக்கவைத்து, அவரை வீரேந்திர பிரதாப்பிற்கு எதிராகப் பேச வைக்கின்றனர். அன்று மாலையே காரில் வெடிகுண்டுவைத்து அவரைக் கொல்கிறான் சமர். பழி வீரேந்திர பிரதாப் மேல் விழுகிறது. பாபுலாலின் மரணம் மக்களிடையே பெரிய அதிர்வலைகளை ஏற்படுத்துகிறது.

விசுவாசிகள் பாபுலால், இன்ஸ்பெக்டர் சர்மா மரணம், பிறகு 17 தொகுதிகளில் வேட்பு மனு நிராகரிப்பு என அடுத்தடுத்து நடக்க, வீரேந்திர பிரதாப் அதிர்ந்துபோகிறார். சூரஜிடம் 'ஏதாவது செய்' என்று கோபப்படுகிறார்.

சூரஜின் ஆட்கள் சமரின் காரில் வெடிகுண்டு வைக்கின்றனர். இதைத் தற்செயலாகக் கண்டுபிடித்துவிட்ட பிருத்வி,

காரின் அருகே போன தம்பியின் காதலி சாராவைக் காப்பாற்றப் போகிறார். அதற்குள் வெடிகுண்டு வெடித்து பிருத்வியும் சாராவும் இறக்கின்றனர்.

பிரிஜ் கோபால் கடுங்கோபம் கொண்டு சூரஜைக் கொல்லப் போகிறார். அங்கு போனபிறகுதான், 27 வருடங்களுக்கு முன்பு தான் ஆற்றில் விட்ட தங்கையின் மகன்தான் சூரஜ் என்பதைத் தெரிந்துகொள்கிறார்.

மறுநாள் அவரின் தங்கை பாரதி, சூரஜைப் பார்க்கப் போகிறாள். 'நீ என் முதல் மகன்' என்கிறாள். 'எங்களோடு வந்து விடு' என்கிறாள். முதலில் தன் தாய் எனத் தெரிந்து சூரஜ் நெகிழ்ந் தாலும், தன்னை ஆதரித்த வீரேந்திர பிரதாப் பக்கமே நிற்பேன் என்று கூறிவிடுகிறான்.

மிகத் துயரத்தில் இருக்கும் இந்துவை கட்சியின் தலைவ ராகவும், முதல்வர் வேட்பாளராகவும் அறிவிக்கிறார்கள்.

தேர்தல் நாளில் திடீரென சமரும் பிரிஜ் கோபாலும் வாக்கு இயந்திரத்தில் தில்லுமுல்லு செய்துகொண்டிருப்பதாகத் தகவல் கொடுத்து வீரேந்திர பிரதாப்பைத் தனியாக ஓர் இடத்திற்கு வரவழைக்கின்றனர். இதைக் கேள்விப்பட்டு சூரஜும் அங்கே போகிறான். சமர் வீரேந்திர பிரதாப்பைச் சுடுகிறான். அவரைக் காப்பாற்றி காரில் ஏற்றிக்கொண்டு மருத்துவமனைக்கு விரை கிறான் சூரஜ்.

அவர்களைப் பின்தொடர்ந்து சமரும் பிரிஜ் கோபாலும் போகின்றனர். அப்போது பிரிஜ் கோபால் 'சூரஜைச் சுட்டுக் கொன்றுவிடு' என்கிறார். ஆயுதமில்லாமல் இருக்கிறான் என்று யோசித்தவன், பின் சுட்டுக் கொல்கிறான்.

தேர்தல் முடிவும் வருகிறது. ஜன சக்தி கட்சி பெரு வெற்றி பெற்று ஆட்சியைப் பிடிக்கிறது. இந்து முதலமைச்சராகிறார். சமர் அமெரிக்கா சென்றுவிடுகிறான். படம் நிறைவடைகிறது.

நம் மனதைப் பாதிக்கும் இந்த 'ராஜ்நீதி' என்னும் ஹிந்தித் திரைப்படம் 2010இல் வெளியானது. பெருவெற்றியும் பெற்ற இத்திரைப்படம் 150 கோடி ரூபாய் வசூலித்தது.

மகாபாரதத்தைத் தழுவி இப்படம் எடுக்கப்பட்டுள்ளது. பிரிஜ் கோபாலாக நடித்த நானா படேகர் கதாபாத்திரம் கிருஷ்ண ரைப் போன்று உருவாக்கப்பட்டுள்ளது. தனது சகோதரி பாரதி யின் குடும்பத்திற்கு முழுத் துணையாக இருக்கிறார். தன் மருமகன்

களையும் வழிநடத்திச் செல்கிறார். நெருக்கடியான ஒவ்வொரு தருணத்திலும் அவரே யோசனை சொல்லி வெற்றியை நோக்கி அழைத்துச் செல்கிறார்.

படத்தில் பெண்களின் நிலைகுறித்த ஒரு காட்சி நம்மைத் துயரப்படவைக்கும். இந்துவின் தந்தை, யார் முதலமைச்சர் வேட்பாளரோ அவருக்குத்தான் திருமணம் செய்து வைப்பேன் என்று சொல்லி சமரின் அண்ணனுக்கு மணம்முடிக்கிறார். அப்போது அவளிடம் பேசும் சமரின் தாயார், 'காலம் காலமாக இப்படித்தான் நடந்து வருகிறது. பெண்கள்தான் எல்லாவற்றிலும் சமரசம் செய்து கொள்ள வேண்டியதாகிவிடுகிறது' என்று துயரத்துடன் சொல்வார்.

ஒருகட்டத்தில் இந்து, சமர் தன்னை விரும்புகிறேன் என்று சொன்னதுகூட ஒரு தந்திரம்தான் என்பதைத் தெரிந்துகொள் கிறாள். 'சமர், உன் இதயத்தில் இருள் புகுந்துவிட்டது. மனிதர் களைப் பயன்படுத்தக் கற்றுக்கொண்டுவிட்டாய்' என்பாள்.

பெரும்பசி கொண்ட அதிகாரம், அறத்தையும் ஆட்களையும் புசித்து உண்கிறது. ஒருமுறை சமரின் காதலி 'வன்முறையும் ரத்த மும்தான் அரசியலா' என்று கேட்பாள். சமரால் பதில் சொல்ல முடியாது.

சூரஜாக நடித்த அஜய் தேவ்கன் பாத்திரம் கர்ணன் பாத்திரம் போன்று வடிவமைக்கப்பட்டிருக்கும். தன் அண்ணன் என்று அறியாது சமர் அவனைச் சுடும்போது, சூரஜ் அவனைப் பரிவுடன் பார்க்கும் பார்வை நம்மைக் கலங்கவைக்கும். அதே போன்று சுடச்சொன்ன பிரிஜ் கோபாலும் சுடும் போது அதைப் பார்க்காமல் திரும்பிக்கொள்வார். என்ன இருந்தாலும் அவனும் அவரின் தங்கையின் மகன்தானே.

இப்படத்தின் சென்சார் சமயத்தில் படத்தில் இந்து கதா பாத்திரம் திருமதி. சோனியா காந்தி போல உருவாக்கப்பட்டுள்ளது என்ற சர்ச்சை உருவானது. படத்தின் இயக்குநர் பிரகாஷ் ஜா அதை முற்றிலும் மறுத்தார். இப்படம் முழுக்க மகாபாரதத்தி லிருந்து உருவாக்கப்பட்டது என்றார்.

ஒரு மனிதனின் மனத்தினுள் ஒளிந்திருக்கும் தீமையை அரசியல் வெளிக்கொண்டு வந்துவிடும் என்று கூறி அரசியலை விட்டு ஒதுங்கி இருக்கும் சமரையும், அரசியல் உள்ளே இழுத்துப் போட்டு அரக்கனாக்கிவிடுவதுதான் பெருஞ்சோகம்.

❖

7

தி டிக்டேட்டர்
(The Dictator)

தான் சொந்தமாக நடத்திய ஒலிம்பிக்ஸில் தனியாக ஓடி 14 தங்கப் பதக்கங்களை வென்றவர், விருதுக் குழுவின் தலைவராக இருந்து சிறந்த நடிப்புக்கான நான்கு கோல்டன் குளோப் விருது களைத் தனக்குத் தானே அளித்துக்கொண்டவர், மருத்துவம் படிக்காமலே நாட்டின் தலைமை அறுவைச்சிகிச்சை மருத்துவர் எனக் கோமாளித் தனமும் முட்டாள்தனமும் கலந்த வாதியா நாட்டின் சர்வாதிகாரியைப் பற்றிய நகைச்சுவைத் திரைப்படம்தான் 'தி டிக்டேட்டர்'

வட ஆப்பிரிக்கப் பகுதியைச் சேர்ந்த வாதியா நாட்டின் சர்வாதிகாரி அலாதீன். தன்னை எதிர்ப்பவர்களை அடுத்த நொடியே கொல்ல உத்தரவிடுகிறவர். அவர் ஒருநாள் மக்களிடையே உரையாற்றும்போது அணு ஆயுதங்களைக் குறித்துப் பேச, ஐக்கிய நாடுகள் சபைக்கு வாதி யாவில் அணு ஆயுதங்கள் உள்ளதா என்ற சந்தேகம் எழுகிறது. இது குறித்து அவர் விளக்கம்

அளிக்காவிட்டால் ராணுவ நடவடிக்கை எடுப்பதாக ஐக்கிய நாடுகள் பாதுகாப்பு சபை அறிவிக்கின்றது. இதனால் அலாதீனுக்கு நெருக்கடி ஏற்படுகிறது. இது சம்பந்தமாக விளக்கம் அளிக்க அவர் நியூயார்க் செல்கிறார்.

நியூயார்க் சென்ற இடத்தில் அவருடன் ஆலோசகராக இருக்கும் அவரது மாமா தமீர் ஆணைப்படி, அலாதீன் கடத்தப் படுகிறார். கடத்தியவர் 'இந்தத் தாடி இல்லாமல் உன்னை யாரும் அடையாளம் கண்டுகொள்ள முடியாது' என்று கூறி அலாதீனைக் கொல்லாமல் அவரது பிரத்யேக அடையாளமான தாடியை மட்டும் அகற்றிவிடுகிறார்.

கட்டிப்போடப்பட்டிருந்த இடத்திலிருந்து தப்பிய அலாதீன் மறுநாள் கூட்டம் நடைபெறும் இடத்திற்கு வருகிறார். அங்கிருக் கும் காவலரிடம் 'நான்தான் அலாதீன், இன்று நான் ஐக்கிய நாடுகள் சபையில் பேச வேண்டும், என்னை உள்ளே விடு' என்பார். 'உனக்கென்ன பைத்தியமா, பேசாமல் இரு' என்பார் காவலர்.

அவரது மாமா தமீர், அலாதீனைப் போன்ற தோற்றமுடைய ஒருவரை ஐக்கிய நாடுகள் சபையில் பேசவைப்பார். அவர், 'வாதியா நாடு சர்வாதிகாரத்திலிருந்து ஜனநாயக நாடாக மாறும். எண்ணெய் வளத்தை வெளிநாடுகளுக்கு விற்பனை செய்யவும் தொடங்கும்' என்பார். வெளியில் கூட்டத்துடன் நிற்கும் அலாதீன் 'அது கூடாது... கூடாது... வாதியா மக்கள் அடக்குமுறையை விரும்புகிறவர்கள், அவர்களுக்கு ஜனநாயகம் பிடிக்காது' என்று கத்தியபடி சுவர் ஏறி உள்ளே போக முயலும்போது போலீசார் தண்ணீர் பீய்ச்சி அடித்து அவரைக் கீழே விழ வைக்கின்றனர். அப்போது ஜோயி என்னும் சமூக சேவகி அவரைக் காப் பாற்றுகிறாள்.

அலாதீனை போராளி என்று தவறாகப் புரிந்துகொண்டு தன்னுடன் அழைத்துச்செல்கிறார். அவர் விரும்பினால் தான் நடத்தும் டிபார்ட்மென்டல் ஸ்டோரில் பணிபுரியலாம் என்றும் சொல்கிறார். ஆனால், அந்த வேலையை மறுத்துவிட்டு அலாதீன் வெளியே போகிறார்.

யாருமற்ற தனி ஆளாக நகரத்தைச் சுற்றிக்கொண்டிருக்கும் போது, தான் கொல்ல உத்தரவிட்ட அணு ஆயுத விஞ்ஞானி நடாலைப் பார்க்கிறார். அவர் மூலம், அவர் கொல்ல ஆணை யிட்ட யாரும் கொல்லப்படவில்லை என்பதையும் அனைவரும்

3
2
1

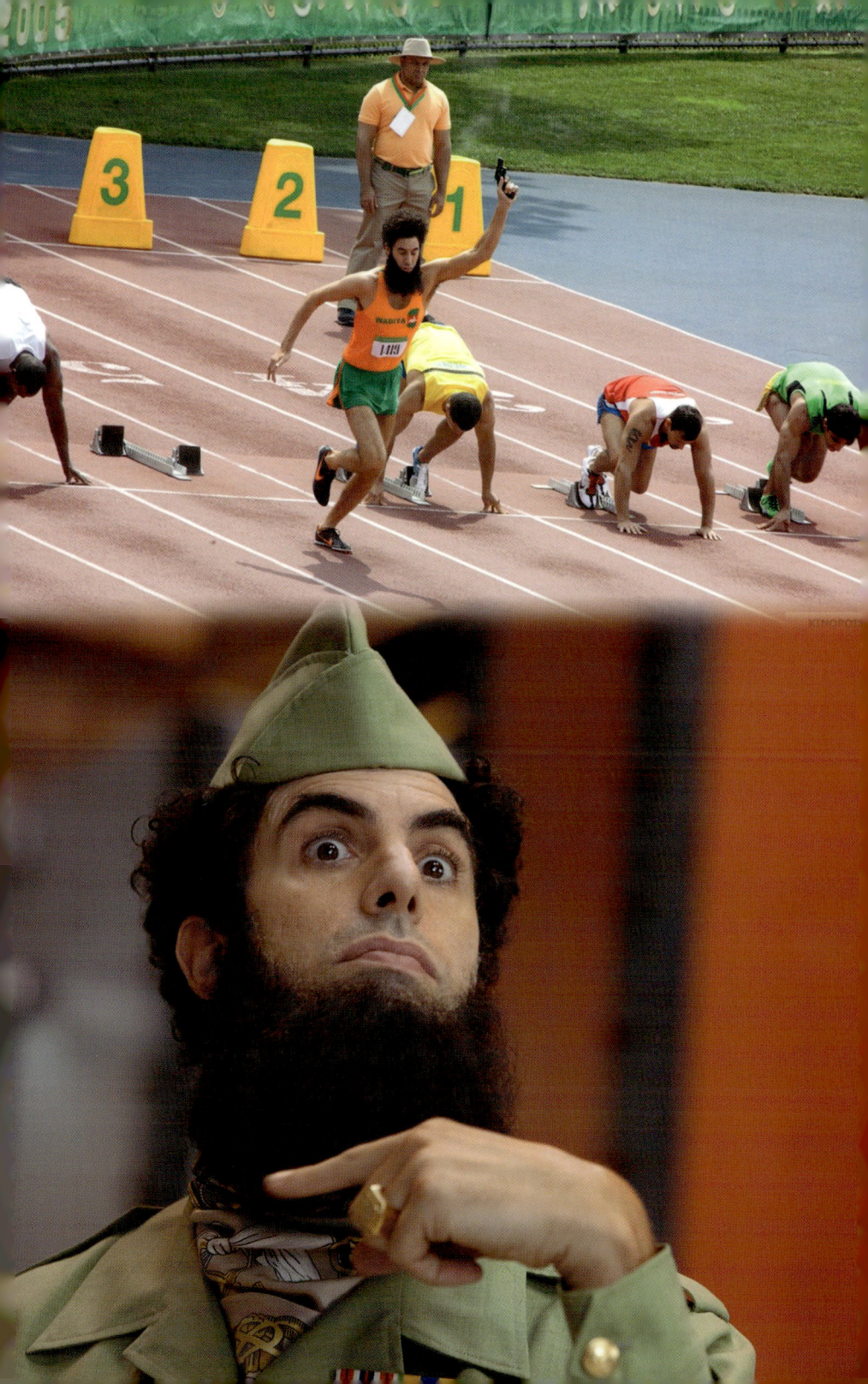

இங்கேதான் நியூயார்க்கில் வசிக்கிறார்கள் என்பதையும், அவர்கள் வசிக்கும் பகுதிக்கு குட்டி வாதியா என்று பெயரிட்டு இருக்கின்றனர் என்பதையும் அறிந்துகொள்கிறார். அவரிடம் தான் மீண்டும் அதிகாரத்திற்கு வர உதவி கேட்கிறார். 'நான் உதவுகிறேன், ஆனால் நீங்கள் என்னை மறுபடியும் அணு ஆயுதக் கூடத்திற்குத் தலைவராக்க வேண்டும்' என்கிறார். அதற்கு அலாதீன் ஒத்துக் கொள்கிறார்.

இருவரும் கூட்டம் நடைபெறும் ஹோட்டல் அருகே வருகின்றனர். அங்கே ஜோயி இருக்கிறாள். அவள்தான் அந்நிகழ்ச்சிக்கான உணவு தயாரிக்கும் ஆர்டரைப் பெற்றிருப்பாள். நடால் "பேசாமல், அவளிடம் வேலைக்குச் சேர்ந்துவிடு, எளிதாக ஹோட்டலுக்குள் போய்விடலாம். அதற்குள் நான் தாடியைத் தயார் செய்கிறேன்" என்கிறார்.

அலாதீன் அவளிடம் வேலைக்குச் சேர்கிறார். வேலையில் சேர்ந்த சில நாட்களிலேயே கடுமையான நடவடிக்கைகளால் கடையில் பெரும் மாற்றத்தைக் கொண்டுவருகிறார். ஜோயி கடையில் நடந்த மாற்றத்தைப் பார்த்து வியந்துபோகிறாள்.

கையெழுத்து ஒப்பந்தமாக இரண்டு நாட்கள்தான் இருக்கின்றன. அதற்குள் நடால் தாடியைத் தயார் செய்து வருகிறார். இதற்கிடையில் அலாதீன், ஜோயியைக் காதலிக்கத் தொடங்குகிறார். அவளும் இவரை விரும்புகிறாள். இருவரும் ஒருநாள் தனிமையில் பேசிக்கொண்டிருக்கும்போது, அலாதீன் தான் யார் என்ற உண்மையைச் சொல்லிவிடுகிறார். ஜோயி 'ஹோட்டலுக்குள் நுழைவதற்காக என்னிடம் பொய் சொல்லியிருக்கிறாய். நீ ஒரு போர்க் குற்றவாளி. இங்கிருந்து போய்விடு. இனிமேல் என்னைப் பார்க்க வராதே' என்கிறாள். அலாதீன் சோகத்துடன் அங்கிருந்து போகிறார்.

மறுநாள் அலாதீனின் விருப்பத்திற்கு எதிராக, வாதியா ஜனநாயகநாடு என்றும் அங்கிருக்கும் எண்ணெய் வளம் எல்லோருக்கும் விற்கப்படும் என்றும் ஒப்பந்தம் கையெழுத்தாகப் போகிறது. இதை நினைத்தபடியும் காதலியை நினைத்தபடியும் சோர்வுடன் நடந்துவந்துகொண்டிருப்பவர், வரும் வழியில் இருக்கும் தொலைக் காட்சியில், தன் நாட்டில் சர்வாதிகாரம் முடிந்துவிட்டது என்று தன் மக்கள் தனக்கெதிராகப் போராடுவதையும் தன் சிலையை இடிப்பதையும் பார்க்கிறார்.

ஏற்கனவே காதல் தோல்வியில் இருக்கும் அவர், இந்த நிகழ்ச்சிகளையும் பார்த்து மனம் நொந்து போய் பாலத்தில் இருந்து

கீழே குதித்துத் தற்கொலை செய்துகொள்ளலாம் என்று போகிறார். அப்போது அங்கு வரும் நடால் அவரைக் காப்பாற்றுகிறார்.

மறுநாள் தாடியை ஒட்டிக்கொண்டு அலாதீன் ஹோட்டல் அறைக்குள் நுழைகிறார். தன்னைப் போன்று இருக்கும் போலி அலாதீனை வெளியே அனுப்பிவிட்டு, தன் மாமா தமீருடன் கூட்டம் நடக்கும் அரங்கிற்குள் வருகிறார். கையெழுத்திடும் வேளையில் அந்த ஒப்பந்தத்தைக் கிழித்தெறிந்து, ஜனநாயகம் என்ற பேச்சுக்கே இடமில்லை. வாதியாவில் என்றும் சர்வாதிகாரம்தான் என்கிறார். ஜனநாயகம் என்ற பெயரில் வாதியாவில் இருக்கும் எண்ணெய் வளத்தைக் கொள்ளையிடப் பார்க்கிறீர்கள் என்கிறார். அப்போது ஜோயி காவலர்களை மீறிக்கொண்டு உள்ளே வரு கிறார். அவளைப் பார்த்ததும் அலாதீன் தடுமாறுகிறார். ஜோயி 'மக்களாட்சியைத் தடுக்காதே' என்று சைகையால் சொல்கிறாள். அவள் மேல் கொண்ட காதலால், 'வாதியா ஜனநாயக நாடாகும். விரைவில் நேர்மையான தேர்தல் நடைபெறும்' என்கிறார். அரங்கமே எழுந்து கைதட்டுகிறது. ஜோயி பெருமகிழ்ச்சி யடைகிறாள்.

வாதியாவில் தேர்தல் நடக்கிறது. பெருவாக்கு வித்தியாசத்தில் அலாதீன் வெற்றி பெறுகிறார். பின் ஜோயியையும் திருமணம் செய்துகொள்கிறார். அத்துடன் படம் நிறைவடைகிறது.

2012இல் வெளியான இந்த அமெரிக்கத் திரைப்படம் லிபியா வின் முன்னாள் அதிபர் கடாஃபியைக் கிண்டல் செய்து உரு வாக்கப்பட்டது ஆகும்.

கடாஃபி இளம்பெண்களைத்தான் பாதுகாவலர்களாக வைத் திருந்தார். அப்பெண்களுக்கு எந்தப் பயிற்சியும் கிடையாது. அவரின் காமத் தேவைகளுக்காகத்தான் அவர்களைப் பயன் படுத்திக்கொண்டார் என்ற குற்றச்சாட்டும் எழுந்தது. கடாபி பெண்பித்தர், அதே போன்று சர்வாதிகாரியாக நடித்த அலாதீனும் பெண்பித்தராக நடித்திருப்பார். தனக்குப் பாதுகாவலாக இளம் பெண்களை நியமித்திருப்பார்.

அலாதீனாக நடித்து திரைக்கதையும் எழுதியிருக்கும் சாச்சா பரோன் ஒரு நேர்காணலில், கடாஃபி முட்டாள் சர்வாதிகாரி என்று கூறியிருக்கிறார். அவருடைய தேர்ந்த நடிப்பால் படம் தரமான நகைச்சுவைப் படமாக மாறுகிறது. இப்படத்தை இயக்கிய லேரி சார்லஸ், சாச்சா பரோன் போன்று துணிச்சலான நடிகர் ஒருவரைப் பார்க்க முடியாது என்கிறார்.

பைத்தியக்கார சர்வாதிகாரியான அலாதீன் தன்னை எதிர்த்துப் பேசுபவர்களை மறுகணம் கொல்லச் சொல்லிவிடுவார். ஒரு முறை அவர் போய்க்கொண்டிருக்கும்போது மாடு "ம்மா" என்று கத்த அதைக் கொன்றுவிடுங்கள் என்பார்.

ஆனால், அப்படிப்பட்ட சர்வாதிகாரி காதலுக்காக மாறுவது தான் நெகிழ்வூட்டுவதாக இருக்கும். நியூயார்க்கில் ஐக்கிய நாடுகள் சபைக் கூட்டத்தில் அலாதீன் பேசும் போது நீங்கள் ஏன் சர்வாதி காரத்திற்கு எதிராக இருக்கிறீர்கள். ஒரு பேச்சுக்கு அமெரிக்கா சர்வாதிகார நாடு என்று கற்பனை செய்துகொள்ளுங்கள். அப் போது நாட்டின் மொத்த செல்வத்தையும் ஒரு சதவிகிதம் பேர் மட்டுமே வைத்திருக்க மாட்டார்கள். அத்துடன் உங்கள் பணக் கார நண்பர்களுக்கு வரிச்சலுகை கொடுத்து மேலும் அவர்களைப் பணக்காரர் ஆக்க மாட்டீர்கள். நீங்கள் இவ்வாறு செய்துவிட்டு ஏழைகளின் கல்வி, மருத்துவத்தைப் பற்றி மறந்துவிடுகிறீர்கள். தொலைபேசிகளை ஒட்டுக்கேட்கிறீர்கள். ஒரு நாட்டின் மீது போர் தொடுக்க பொய்க் காரணம் கூறுகிறீர்கள். அதனால் ஜனநாயகம் தான் மோசமானது. என் நாட்டில் அது நடக்காது என்பார். அப்போது அவள் காதலி ஜோயி அங்கே வர, அவர் மனம் மாறுகிறார்.

உன்னை முத்தமிட ஜனநாயகம் வேண்டும். உன்னைக் காதலிக்க ஜனநாயகம் வேண்டுமென்று கூறி, வாதியாவை ஜன நாயக நாடாக அறிவிக்கிறார்.

படத்தில் பல காட்சிகள் நெகிழ்வூட்டுவதாக இருக்கும். சர்வாதிகாரி அலாதீன் ஜோயியின் கடையில் வேலைசெய்யும் பொழுது ஒரு பெண்ணுக்கு பிரசவ வலி வந்துவிடும். அலாதீன் தான் பிரசவம் பார்ப்பார். குழந்தையைக் கையில் ஏந்திக்கொண்டு ஒரு கணம் பொங்கும் பிரியத்துடன் அந்தக் குழந்தையைப் பார்ப் பார். கடின இதயம் படைத்த ஒரு சர்வாதிகாரியின் மனத்தில் அன்பு சுரக்கும் அந்தக் கணம் அற்புதமானது.

அதேபோன்று காதலியைப் பிரிந்தபோதும், தன்மீது யாருக்கும் அன்பில்லை என்று தற்கொலை செய்துகொள்ளப் போவார். அப்போது அங்கு வரும் நடாலிடம், 'நான் வெளியே தான் கடுமையானவன், உள்ளே மெல்லிய மனம் கொண்டவன்' என்பார்.

இன்னொரு காட்சியில், அலாதீன் அணு ஆயுதம் தயாரிப் பதே இஸ்ரேலைத் தாக்குவதற்காகத்தான். ஆனால், திருமணத்தின் போது ஜோயி யூதப் பெண் என்று தெரிய வருகிறது. காதலுக்காக,

அவள்மீது கொண்ட அன்புக்காக அது ஒன்றும் பிரச்சினை யில்லை என்பார்.

கொடுமையான சர்வாதிகாரி, அன்பு கொண்ட மனிதராக மாறுவதுதான் படத்தின் முக்கிய அம்சம். அறத்தைப் போதிப்ப வர்களின் மனதில் ஒளிந்திருக்கும் குரூரமும், குரூரத்தையே குணமாகக்கொண்ட சர்வாதிகாரியின் மனதில் எழும் அன்பும் உண்மையில் விந்தையானதுதான்.

8

அரபிக்கதா
(Arabikatha)

ஏழையாய்ப் பிறந்து ஏழையாய் வாழ்வதில் பெருமிதம் கொள்ளும் உண்மையான கம்யூனிஸ்ட் கட்சித் தொண்டர், தன்னைப் பற்றி எண்ணாமல் பிறரைப்பற்றி எண்ணுபவன் மட்டுமே உண்மையான கம்யூனிஸ்ட் என்று எண்ணும் அவரின் மகன், இவர்கள் இருவரும் தன் சொந்தக் கட்சிக் காரராலேயே வஞ்சிக்கப்பட்ட கதைதான், 'அரபிக்கதா' திரைப்படம்.

கேரளாவில் உள்ள செம்மனூர் தோல் தொழிற்சாலையின் முன்பு இடதுசாரி தோழர்கள் போராட்டம் நடத்துவதிலிருந்து படம் தொடங்குகிறது. போலிஸார் லத்தியால் அடித்து கூட்டத்தைக் கலைக்கின்றனர். பலருக்குக் காயம் ஏற்படுகிறது. அந்தப் போராட்டத்தைத் தலைமையேற்று நடத்துபவர் கியூபா முகுந்தன். அவருக்கும் பலத்த அடி விழுகிறது. அவர் தன் தந்தையைப் போலவே கம்யூனிஸ்ட் கட்சிக்காகத் தன் வாழ்வையே அர்ப்பணித்துக்கொண்டவர். அவர் ஃபிடல் காஸ்ட்

ரோவை வழிபடுபவர். கியூபாவைத் தன் தாய்நாடு போல நினைப்பவர். அவருடைய கியூபா மீதான காதலால்தான் அவருக்கு கியூபா முகுந்தன் என்ற பெயர் உண்டாகிறது.

தோல் தொழிற்சாலையின் முதலாளி குஞ்சுன்னிக்கு முகுந்தன் பெருந்தொல்லையாய் இருக்கிறார். சமரசப் பேச்சுவார்த்தைக்கும் ஒப்புக்கொள்ள மறுக்கிறார். அதனால் அந்தக் கட்சியில் உள்ள இன்னொரு அரசியல்வாதியான கர்ணனைத் தூண்டிவிட்டு முகுந்தனை முடக்கப் பார்க்கிறார். முதலாளி 'அவன் வளர்ந்தால் உனக்கு எதிர்காலம் கிடையாது' என்கிறார். பின் இருவரும் திட்டம் தீட்டி முகுந்தனின் தந்தை முன்பொரு சமயம் சொசைட்டிக்காக வங்கியில் கடன் வாங்கும்போது செக்யூரிட்டியாகக் கொடுத்து வைத்திருந்த பிளாங்க் செக்கைப் பயன்படுத்தி 20 லட்சத்தை எடுக்கின்றனர். இதற்கு கோ-ஆப்ரேட்டிவ் வங்கி மேலாளர் உறுதுணையாக இருக்கிறார். இந்தச் சமயத்தில் முகுந்தனின் தந்தைக்கு மாரடைப்பு ஏற்பட்டு இறந்துவிடுகிறார். எடுக்கப்பட்ட பணம் சொசைட்டிக்குச் செலவழிக்கப்படாததால் முகுந்தன் அந்தப் பணத்தைத் தானே திருப்பிக் கட்டுவதாகச் சொல்கிறார். 'யார் தப்பு செய்தாலும் தப்புதான்' என்கிறார். உள்ளூரில் அவ்வளவு பெரிய தொகையை சம்பாதிக்க வழியில்லாததால் கர்ணன் மற்றும் தோழர்களின் வற்புறுத்தலில் துபாய் போகிறார்.

துபாயில் உள்ள கர்ணனின் உறவினர் சித்தார்த்தன், பேருக்கு ஒரு இடத்தில் வேலைக்குச் சேர்த்துவிட்டுப் போய்விடுகிறார். முகுந்தன் அங்கு கடினமான வேலையைச் செய்கிறார். தொழிலாளிகள் கடுமையாக, அதேசமயம் அதிக நேரம் வேலை வாங்கப் படுவதைப் பார்க்கிறார். அது சம்பந்தமாக நிர்வாகத்திற்குப் புகார்க் கடிதம் எழுதுகிறார். அதைக் கொடுக்கும்போதுதான் அந்நிறுவனத்தின் முதலாளி கேரளத்தில் தோல் தொழிற்சாலை வைத்திருக்கும் குஞ்சுன்னி என்பதைத் தெரிந்துகொள்கிறார். குஞ்சுன்னி, முகுந்தனை அவமரியாதை செய்து வெளியே அனுப்புகிறார்.

கையில் பணம் இல்லாமல் பட்டினியுடன் பூங்காவில் படுத்துக்கிடக்கும் பொழுது மலையாளப் பட சிடிக்களை விற்கும் சுமி என்னும் சீனப்பெண்ணைப் பார்க்கிறான். அவள் சீனா என்றதும் பரவசமாகிவிடுகிறார். 'சீனாவும் முழு கம்யூனிஸ்ட். கேரளாவும் முழு கம்யூனிஸ்ட்' என்கிறார். 'அவ்வளவு உயர்ந்த கம்யூனிஸ்ட் நாட்டிலிருந்து வந்த நீ திருட்டு வி.சி.டி. விற்கக் கூடாது' என்கிறார். இவர் பேசுவது புரியாத அவள் போய்விடுகிறாள். அதன்பின் அடுத்தடுத்த சந்திப்புகளில் இருவரும் நண்பர்களாகின்றனர்.

അറബിക്കഥ
an arabian tale

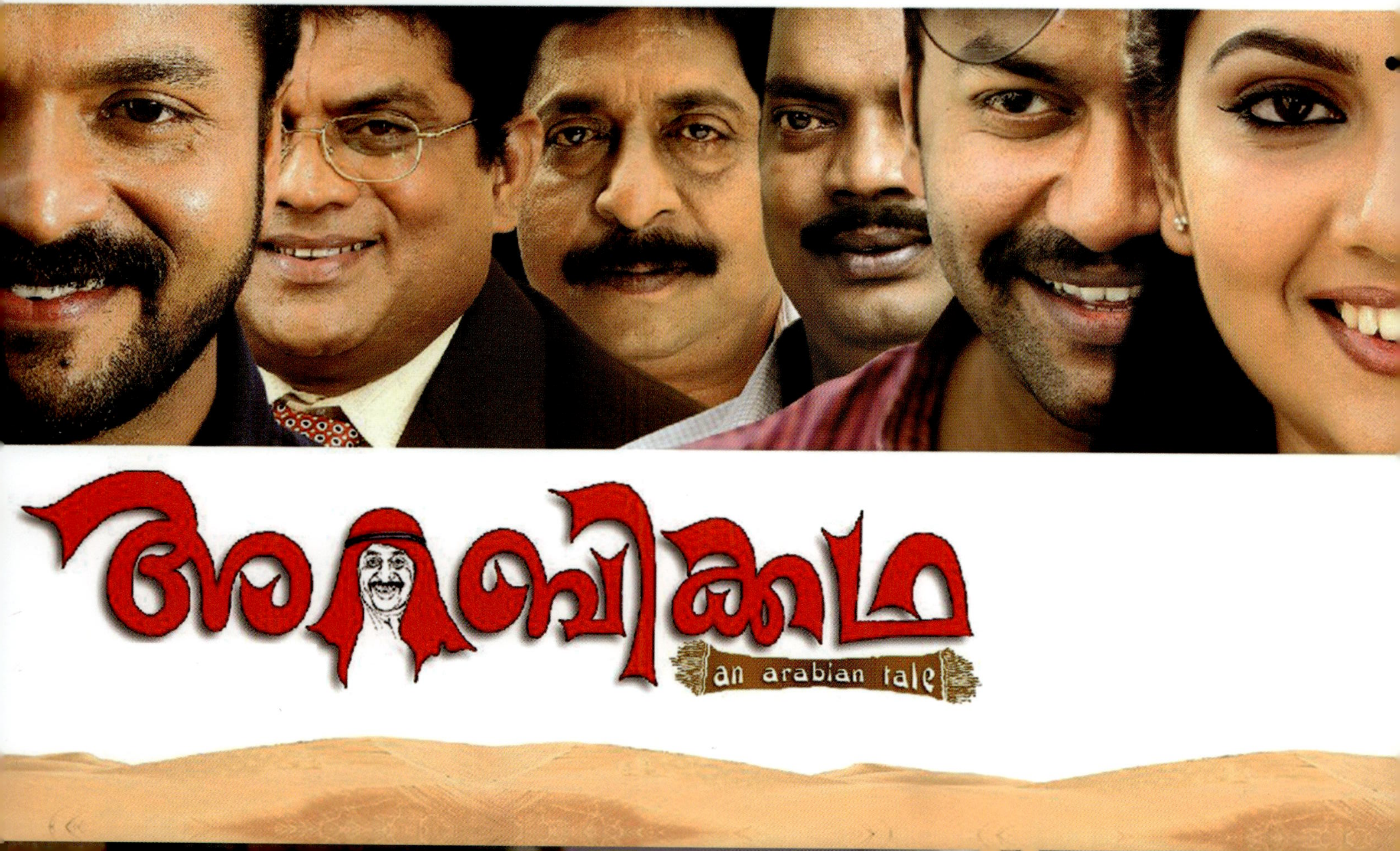

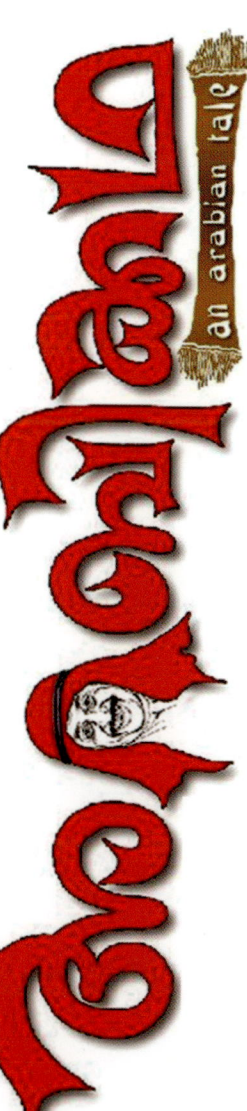

ஒருகட்டத்தில் கேரளாவைச் சேர்ந்த ஹோட்டலில் வேலை கிடைக்கிறது. அவர் அங்கு வேலை செய்துகொண்டிருக்கும்போது கர்ணனின் உறவினரான சித்தார்த் அங்கு வருகிறார். முதலில் அவரிடம் பேசாமல் இருக்கும் முகுந்தன் பின் இரக்கப்பட்டுப் பேசுகிறார். சித்தார்த் தான் நடத்தும் சீட்டில் அவரைச் சேரச் சொல்கிறார். விரைவில் கடனை அடைத்துவிடலாம் என்றும் சொல்கிறார். முகுந்தனும் சேர்கிறார்.

ஒருநாள் மாதச் சீட்டு குலுக்கல் போடுகின்றனர். முகுந்தன் பேர் வருகிறது. பத்து லட்சம் ரூபாய் பணம். பாதிக் கடன் அடைந்துவிடும் என்று நிம்மதியடைகிறார். சித்தார்த் மறுநாள் பணத்தை எடுத்துவரும்போது முகுந்தன் தான் தங்கியிருக்கும் அறையைச் சுத்தம் செய்துகொண்டிருப்பதால், அப்போது அங்கே இருக்கும் சீனப்பெண் சுமியிடம் கொடுத்துவிடு, அவளுக்கு என் அறை தெரியும் என்கிறார். சுமி முகுந்தனிடம் ஊருக்குப் போக பணம் கேட்கத்தான் வந்திருப்பாள். சித்தார்த் அவளிடம் பணம் கொடுப்பது போல் கொடுத்துவிட்டு சற்று தூரம் போனவுடன் திரும்பிப்போய் வாங்கிக்கொண்டு, அவளுக்கு ஊருக்குப் போக பணம் கொடுத்துவிடுவான். பின் முகுந்தனிடம் வந்து அந்தப் பெண் பணத்தை எடுத்துக்கொண்டு ஊருக்குப் போய்விட்டதாகச் சொல்கிறான். முகுந்தன் அதிர்ச்சியடைகிறான். இந்தச் சமயத்தில் அவர் வேலை செய்த ஹோட்டல் இடத்தையும் முதலாளி காலி செய்ய வேண்டியதாகிவிடுகிறது. 10 லட்சம் ரூபாய் பணத்தையும் இழந்து, வேலையையும் இழக்கிறார்.

இதே சமயத்தில் ஊரில் அவரது சகாவான கர்ணன் சட்டசபைத் தேர்தலில் வெற்றிபெற்று மந்திரியாகவும் ஆகிறார்.

இந்நிலையில் சொசைட்டி உறுப்பினர்கள் தாங்கள் வாங்கிய கடன் தொகையை வங்கியில் திருப்பிச் செலுத்திவிட்டு செக்யூரிட்டியாகக் கொடுத்த காசோலையை மேலாளரிடம் கேட்க, அவர் அப்புறம் தருகிறேன் என்று சமாளிக்கிறார். பிரச்சினையை மந்திரி கர்ணனிடம் கொண்டு செல்கிறார். 'நீங்கள் சொல்லித் தானே இதைச் செய்தேன், என்னைக் காப்பாற்றுங்கள்' என்கிறார் மேலாளர். மந்திரி 'என்னால் இச்சமயத்தில் உதவமுடியாது' என்று கைவிடுகிறார்.

வேறு வழியில்லாத மேலாளர் முகுந்தனின் நெருங்கிய நண்பர் அன்வரிடம் போய் நடந்ததைச் சொல்கிறார் . அன்வர் உறுப்பினர் களைக் கூட்டி விஷயத்தைச் சொல்கிறார். மேனேஜர் சொல்லை மட்டும் நம்பமுடியாது என்றும் கட்சியினர் கூறுகின்றனர்.

அன்று மாலை அன்வர் நண்பர்களுடன் ஆலோசித்து முகுந்தனை அழைத்து வர உடனே துபாய் கிளம்புகிறார்.

அன்வர் துபாயில் பல இடங்களில் தேடிப்பார்த்தும் முகுந்தனைக் கண்டுபிடிக்க முடியவில்லை.

ஒருநாள் அன்வர் கரீமுடன் வண்டியில் போய்க்கொண்டிருக்கும்போது தற்செயலாக பண்ணை ஒன்றில் வேலை செய்து கொண்டிருக்கும் முகுந்தனைப் பார்க்கிறார். அவரிடம் 'செக் மோசடி செய்தது கர்ணன்தான்' என்கிறார். முகுந்தன் அதிர்ச்சியடைகிறார்.

சில நாட்களிலேயே முகுந்தனுக்கு முன்பு அறிமுகமான பெண்ணின் மூலம் அந்த சீனப் பெண்ணைப் பார்க்க முடிகிறது. அவள், 'தான் பணத்தை எடுத்துப் போகவில்லை, சித்தார்த் திரும்ப வாங்கிக்கொண்டான்' என்கிறாள்.

இதை முகுந்தனிடம் வந்து சொல்கிறார்கள். 'முதலில் மாமன் ஏமாற்றினான். இப்போது மருமகன் ஏமாற்றுகிறான். போகட்டும்' என்கிறார். இந்நிலையில் கரீம் மூலம் கர்ணன் துபாய் வந்திருப்பது தெரிகிறது. அவரும் குஞ்சுன்னி முதலாளியும் வெளிநாட்டு வியாபாரிகளைச் சந்திக்கப் போவதாகவும் தெரிகிறது.

கூட்டம் நடைபெறும் இடத்தில் அன்வர் நண்பர்களின் உதவியின் மூலம் கேமராக்களை வைக்கின்றார். புதிய வியாபார ஒப்பந்தத்தில் கையெழுத்திட லஞ்சம் பெறுகிறார் மந்திரி கர்ணன். அதன்பின் நடனம் நடை பெறுகிறது. இவை அனைத்தையும் பதிவு செய்கின்றனர்.

மறுநாள் காலையில் அந்த ரகசியக் கூட்டம் நடந்த பாலை வனப் பகுதிக்கு முகுந்தன் நண்பர்களுடன் வருகிறார். அவரைப் பார்த்த கர்ணன், சித்தார்த்தன், குஞ்சுன்னி திகைக்கின்றனர். கர்ணனைப் பார்த்து முகுந்தன் 'கண்ணீராலும் ரத்தத்தாலும் வளர்ந்த நம் கட்சியை முதலாளிகளிடம் விலை பேசிவிட்டாயே' என்கிறார். 'நீங்கள் இரவு நடத்திய நாடகமெல்லாம் கேரளாவில் தொலைக்காட்சியில் ஒளிபரப்பாகிவிட்டது. கர்ணா, நீ திரும்ப ஊருக்குத் திரும்பும்போது செங்கொடி உன்னை வரவேற்காது, செருப்பு மாலையும் அழுகிய முட்டையும்தான் வரவேற்கும், என்கிறார். பின் சித்தார்த்தை மட்டும் போலிசில் ஒப்படைக்க அழைத்துக்கொண்டு போகின்றனர்.

மறுநாள் அன்வரும் முகுந்தனும் கேரளத்திற்கு வருகின்றனர். செம்மனூரில் கொட்டும் மழையில் காத்திருந்து தோழர்கள் முகுந்தனை வரவேற்பதோடு படம் முடிவடைகிறது.

படத்தின் பிரதான அம்சம், கியூபா முகுந்தனாக நடித்த சீனிவாசனின் கதாபாத்திரவார்ப்பும் நடிப்பும்தான். கியூபா

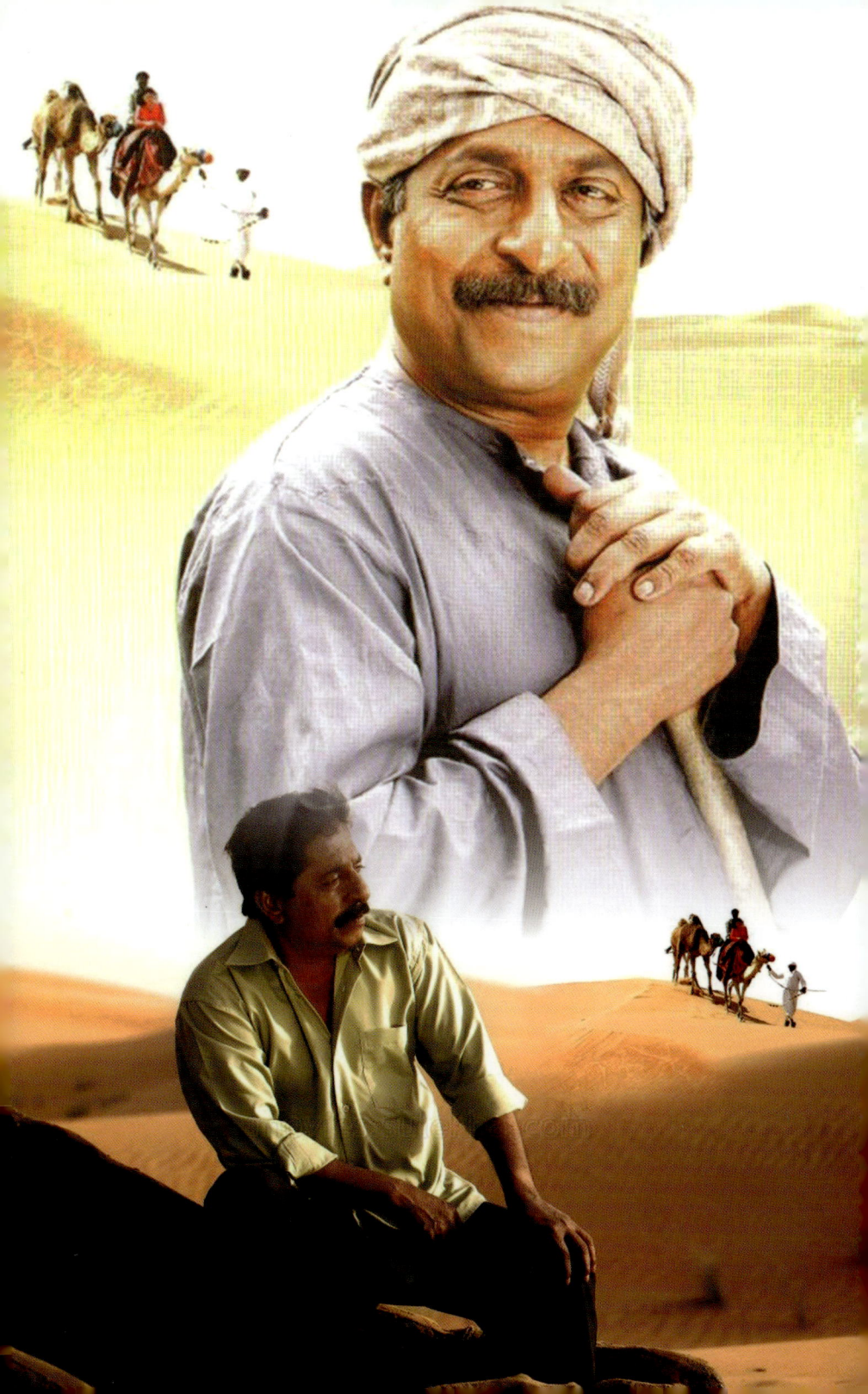

முகுந்தன் லட்சியக் கதாபாத்திரமாக உருவாக்கப்பட்டுள்ளார். இப்படி ஒரு மனிதனை நாம் காண முடியுமா என்ற எண்ணமே தோன்றுகிறது. கட்சிப்பணிக்கு இடையூறு வரும் என்பதால் திருமணமே செய்துகொள்ளாமல் இருப்பார். கம்யூனிசம் தவிர அவரது வாழ்க்கையில் வேறொன்றும் இல்லை.

ஒரு சமயம் அவரின் நண்பர் 'நீ கட்சி விஷயங்களைப் பார்த்துக்கொள்ளும் அளவுக்கு நீ உன்னைப் பார்த்துக்கொள்வதில்லை. உன்னை கர்ணன் தந்திரமாக இங்கு துபாய்க்கு விரட்டி விட்டு அவன் எம்.எல்.ஏ ஆகி மந்திரியும் ஆகிவிட்டான்' என்று குறைகூறுவார். அதற்கு முகுந்தன் 'நானும் என் தந்தையும் கட்சிக்கு வந்தது பதவிக்காகவோ கட்சிப் பொறுப்புக்காகவோ இல்லை' என்பார்.

உண்மையில் முகுந்தனின் தந்தை சொசைட்டி கோபாலன் அப்படித்தான். ஒரு காட்சியில் போராட்டம் நடத்தும் கம்யூனிஸ்ட் கட்சியினரை போலிஸார் சுட்டு வீழ்த்துவார்கள். செங்கொடிகளை எடுத்துக்கொண்டு போய் தீயிட்டுக் கொளுத்துவார்கள். அப்போது முகுந்தனின் தந்தை வெள்ளை வேஷ்டியை எடுத்து குளம் போலத் தேங்கிக்கிடக்கும் ரத்தத்தில் தோய்த்து சிவப்பாக்கி அதைக் கம்பில் செருகி செங்கொடியை வீரத்துடன் அசைப்பார். அக்காட்சி நம்மை சிலிர்க்கவைக்கும்.

2007இல் வெளியான இந்த மலையாளத் திரைப்படம் பெருவெற்றி பெற்ற திரைப்படமாகும். இப்படத்தை இயக்கிய லால் ஜோஸ் மலையாள சினிமாவின் முக்கியமான இயக்குநர்களில் ஒருவர்.

இப்படம் கம்யூனிஸ்ட் கட்சியில் இருக்கும் சில ஊழல் வாதிகளைப் பற்றி மட்டும் பேசுவதோடு இல்லாமல், கேரள மக்கள் வளைகுடாப் பகுதியில் வேலைக்குப் போய் எவ்வளவு துன்பங்களை அனுபவிக்கிறார்கள் என்பதையும் பேசுகிறது.

படம் பார்த்துப் பல நாட்கள் ஆகிவிட்ட பிறகும் இப்படத்தின் பல காட்சிகள் நினைவைவிட்டு நீங்காமலே இருக்கின்றன. குறிப்பாக பலநாள் துன்பத்திற்குப் பிறகு ஊர் திரும்பும் முகுந்தன், கொட்டும் மழையில் நின்று தன்னை வரவேற்கும் தோழர்களைப் பார்த்து கொப்பளிக்கும் உணர்வுடன் வானத்தை நோக்கிக் கைகளை உயர்த்தும் காட்சி நினைவைவிட்டு நீங்காமலே இருக்கிறது. கியூபா முகுந்தனை நினைக்கையில் லால் சலாம் என்று (ரெட் சல்யூட்) உரத்துக் குரலெழுப்பவே தோன்றுகிறது.

❖

9

லெமன் ட்ரீ
(Lemon Tree)

ஒரு விதவைப் பெண்மணி தன் வாழ் வாதாரமாகக் கருதும் எலுமிச்சைத்தோட்டம், பாதுகாப்புத்துறை அமைச்சரின் உயிருக்கு அச் சுறுத்தலாக மாறுமா? மாறும், அவள் வீட்டருகே பாதுகாப்புத்துறை அமைச்சர் குடியேறும்போது. தன் தந்தை காலத்திலிருந்து பராமரித்து வரும் அந்த எலுமிச்சைத் தோட்டம் வெட்டப்பட வேண்டுமென்ற சூழ்நிலை உருவானபோது, அதைக் காப்பாற்ற நீதிமன்றத்தின் படியேறி அதிகாரத் திற்கு எதிராக ஓர் எளிய பெண் நடத்திய போராட் டம்தான் 'லெமன் ட்ரீ'

சல்மா 45 வயதான ஒரு விதவை. பாலஸ் தீனியரான அவர் இஸ்ரேலிய மேற்குக் கரை எல்லைப்பகுதியின் அருகே குடியிருப்பவள். வீட்டை ஒட்டியே எலுமிச்சைத் தோட்டம் ஒன்று இருக்கிறது. அந்தத் தோட்டம் அவளின் தந்தையின் காலத்திலிருந்து இருந்துவருகிறது. அவளின் மகள், மகன் என அனைவரும் வெளியூருக்குச் சென்று

விட, தனியாளாக இருக்கும் அவளுக்கு எலுமிச்சைத் தோட்டம் துணையாக இருப்பதுடன் வாழ்வாதாரமாகவும் இருக்கிறது.

அந்தச் சூழ்நிலையில் சல்மாவின் பக்கத்து வீட்டிற்கு இஸ்ரேலின் பாதுகாப்புத்துறை அமைச்சர் குடிவருகிறார். அவருக்கு தீவிர வாதிகளின் அச்சுறுத்தல் இருக்கிறதென்று, அவரின் வீட்டைச் சுற்றி வேலி அடிக்கின்றனர். கண்காணிப்புக் கோபுரம் அமைக்கின்றனர். அத்துடன் பலமான பாதுகாப்பும் எப்பொழுதும் இருக்கிறது.

பாதுகாப்பு அதிகாரிகள் 'சல்மாவின் தோட்டம், எதிரிகள் ஒளிந்துகொண்டு தாக்குவதற்கு ஏதுவாக இருக்கும்' என்கின்றனர். அதனால் அந்த மரங்களை வெட்ட உத்தரவிடுகின்றனர். இழப்பீடும் தருவதாகச் சொல்கின்றனர். சல்மா பெரும் அதிர்ச்சியடைகிறாள். தான் உயிருக்கு மேலாகக் கருதும் அந்தத் தோட்டத்திற்கு அவர்கள் எந்தவகையில் இழப்பீடு வழங்கமுடியும் என்கிறாள்.

உள்ளூர்ப் பெரியவர் ஒருவரைப் போய்ப் பார்க்கிறாள். 'அவர்கள் இதுவரை நம்முடைய எத்தனை நிலங்களை எத்தனை வீடுகளைக் கையகப்படுத்தியிருக்கிறார்கள். நம்மால் என்ன செய்ய முடியும்' என்கிறார். அமெரிக்காவில் இருக்கும் மகனும், 'அந்தத் தோட்டத்திற்காக ஏன் இத்தனை கவலைப்படுகிறாய், அதை விட்டு விடு' என்கிறான். ஆனால், சல்மா போராடத் தயாராகிறாள்.

ஒரு வக்கீலைப் போய்ப் பார்க்கிறாள். 'இஸ்ரேல் ராணுவ நீதிமன்றத்தில்தான் அப்பீல் பண்ண வேண்டும். ஆனால், நமக்கு சாதகமான தீர்ப்பு வருவது கடினம்தான்' என்கிறார் வக்கீல். சல்மா 'நாம் வழக்குத் தொடுப்போம்' என்றதும், அவர் 'சரி' என்கிறார்.

வழக்கு நீதிமன்றத்திற்கு வருகிறது. சல்மாவின் வக்கீல், '50 வருடங்களாக அந்த எலுமிச்சைத் தோட்டம் அங்கு இருக்கிறது. இதுவரை அதில் தீவிரவாதிகள் பதுங்கிக்கொண்டு ஒரு துப்பாக்கிச் சூடும் நடந்ததில்லை' என்கிறார். ஆனால், நீதிமன்றம் அவர் வாதத்தை ஏற்க மறுக்கிறது. 'ராணுவம் மரங்களை வெட்ட உத்தரவிட்டது சரிதான்' என்கிறார் நீதிபதி. 'அதுவரை மரங்களைச் சுற்றி வேலியிட வேண்டும். இனிமேல் சல்மாவும், அவரைச் சேர்ந்தவர்களும் அந்த இடத்திற்குள்ளேயே நுழைய அனுமதி மறுக்கப்படுகிறது' என்றும் சொல்கிறார்.

தீர்ப்பைக் கேட்ட சல்மா 'என் மரங்களைத் தொட விட மாட்டேன்' என்றவள், 'வழக்கை சுப்ரீம் கோர்ட்டிற்கு எடுத்துச் செல்வேன்' என்கிறாள்.

விஷயம் அறிந்த பாதுகாப்புத்துறை அமைச்சர், தன் மனைவி மிராவிடம், 'அவள் சுப்ரீம் கோர்ட் போகப்போகிறாள்' என்கிறார். அதற்கு மிரா, 'எனக்கொன்றும் வியப்பில்லை, நானாக இருந்தாலும் அதைத்தான் செய்திருப்பேன்' என்கிறாள். 'மரங்களை விட்டுவிடுங்கள், வேண்டுமானால் பாதுகாப்பைப் பலப்படுத்துங்கள்' என்கிறாள். கோபம் கொண்ட அமைச்சர் 'மரங்களை வெட்டுவதைத் தவிர வேறுவழியில்லை' என்கிறார்.

நீதிமன்றம் தீர்ப்பளித்தபடி எலுமிச்சைத் தோட்டத்தைச் சுற்றி வேலியிடுகின்றனர். பல நாட்கள் எலுமிச்சை மரங்கள் தண்ணீர் இன்றி வாடுவதை சல்மாவால் தாங்கிக்கொள்ள முடியவில்லை. மிகவும் சிரமப்பட்டு வேலிமேல் ஏறித் தோட்டத்திற்குள் நுழைந்து மரங்களுக்குத் தண்ணீர் விடுகிறாள். அதைப் பார்த்துவிட்ட பாதுகாப்பு அதிகாரி, 'நீங்கள் உள்ளே நுழையக் கூடாது, உடனே இங்கிருந்து போய்விடுங்கள். இல்லாவிட்டால் கைது செய்து விடுவோம்' என்கிறார்.

வழக்கு சுப்ரீம்கோர்ட்டிற்குப் போகிறது. சல்மாவின் வக்கீல், 'அது வெறும் மரங்கள் அல்ல; அது அவர் தந்தை உருவாக்கியது, உணர்வு சம்பந்தமானது' என்கிறார். 'அந்த மரங்களை வெட்டுவது அநீதியானது' என்றும் வாதிடுகிறார்.

ஒருநாள் மாலை பாதுகாப்புத்துறை அமைச்சர் வீட்டில் விருந்து நடைபெறுகிறது. அப்போது அவர் வீட்டருகே வெடி குண்டு வெடிக்கிறது. அந்தச் சந்தர்ப்பத்தைப் பயன்படுத்திக் கொண்டு, ராணுவத்தினர், சல்மா வீட்டிற்குள்தான் தீவிரவாதிகள் ஒளிந்திருக்கிறார்கள் என்று சொல்லி, வீட்டைத் துவம்சம் செய்கின்றனர்.

மறுநாள் பத்திரிகை நிருபர் சல்மாவை வந்து சந்திக்கிறாள். "பாதுகாப்புத்துறை அமைச்சர், எப்பொழுது என் வீட்டருகே வந்து குடியேறினாரோ, அப்பொழுதே என் வாழ்க்கை நாசமாகிவிட்டது" என்கிறாள் சல்மா.

அமைச்சரின் மனைவியும் சல்மாவிற்கு ஆதரவாகப் பேட்டி தருகிறார். அது பிரச்சினையைக் கிளப்பிவிடுகிறது. அமைச்சர் மிராவை வற்புறுத்தி 'அப்படி நான் பேட்டி தரவில்லை' என்று மறுப்புத் தெரிவிக்கச் செய்கிறார். இதனால் மிராவுக்கும், அமைச்சருக்கும் உறவில் விரிசல் ஏற்படுகிறது.

இந்தப் பிரச்சினை செய்தித்தாள்களில் வெளிவந்ததால் அரசியல் பிரச்சினையாக மாறுகிறது. சல்மாவும் 'அமைச்சரால் தான் என் மரங்கள் செத்துக்கொண்டிருக்கின்றன' என்றும் பேட்டி தருகிறாள்.

இதற்கிடையில் தீர்ப்பு நாளும் வருகிறது. அமைச்சரின் மனைவி மிரா சல்மாவை ஆதரித்து கோர்ட்டிற்கு வருகிறாள். நீதிபதி 'மரத்தை அடியோடு வெட்டாமல், தூரை விட்டுவிட்டு வெட்டச் சொல்கிறார்.' அதைக் கேட்ட சல்மா, 'எங்கள் வீட்டை யும் தோட்டத்தையும் சுற்றிச் சுவர் எழுப்பிக்கொண்டீர்கள், அது போதாதா' என்கிறாள். நீதிபதி அவளை அமரச் சொல்கிறார். சல்மா தன் போராட்டம் தோல்வியடைந்ததைக் குறித்து பெரும் வேதனையடைகிறாள். ஆனால், வக்கீல் 'தூரை விட்டுவிட்டு மரத்தை வெட்டச் சொன்னது போராட்டத்திற்குக் கிடைத்த முதல் வெற்றி' என்று பேட்டி அளிக்கிறார்.

தீர்ப்பையடுத்து அமைச்சரின் மனைவி மிரா, தாங்கள் அங்கு குடிவந்ததால்தான் அப்பெண்ணுக்கு இழப்பு ஏற்பட்டது என்றும், தன் கணவர் அநீதியாக நடந்துகொண்டார் என்றும் கருதி அவருடன் வாழாமல் வீட்டை விட்டு வெளியேறுகிறாள்.

மனைவி மிரா இல்லாத வீட்டில் அமைச்சர் தனியாக அமர்ந்திருக்கிறார். செழிப்பாக இருந்த மரங்கள் வெட்டப்பட்டு வெறுமையுடன் காட்சியளிக்கிறது. வெட்டப்பட்ட அந்த மரங் களின் தூரைத் துயரத்துடன் தொட்டுப்பார்க்கிறாள் சல்மா. தீராத வேதனையுடன், அந்த இடத்தை அவள் பார்த்துக்கொண்டி ருப்பதோடு படம் நிறைவடைகிறது.

படம் முடியும்போது பெருந்துயரம் மனதைக் கவ்வுகிறது. காய்த்துக் குலுங்கிய எலுமிச்சை மரங்கள் வெட்டப்பட்டு அந்த இடம் மயானம் போல் காட்சியளிக்கும் காட்சி பெரும் வலியை வரவழைக்கிறது.

எலுமிச்சைத் தோட்டத்தைக் குறியீடாகக் கொண்டு இஸ்ரேலின், பாலஸ்தீன ஆக்கிரமிப்பைப் பற்றி விமர்சிக்கிறார் இயக்குநர்.

ஐம்பது வருடங்கள் அந்த இடத்தில் நிம்மதியாக இருக்கும் மரங்களும் மனிதர்களும், பாதுகாப்புத்துறை அமைச்சர் பக்கத்து வீட்டில் குடியேறிய கணத்திலிருந்து எண்ணற்ற இன்னல்களைச் சந்திக்கத் தொடங்குகின்றனர்.

மகன், மகள் என அனைவரையும் பிரிந்து தனித்து வாழும் விதவையான சல்மா வாழ்வதற்கான தூண்டுதலை அந்த எலு மிச்சைத் தோட்டமே தருகிறது. அதனால்தான் அந்த மரங்களுக் காகப் போராடுகிறாள். அதனால்தான் மரத்தை வெட்டிவிட்டு இழப்பீடாகப் பணம் கொடுப்பது எந்த வகையில் சமமாகும் என்கிறாள்.

சல்மாவின் உணர்வை பாதுகாப்புத்துறை அமைச்சரின் மனைவி மிரா புரிந்துகொள்கிறாள். அவளும் தனிமையில் இருப்ப வள்தான். மகள் வெளிநாட்டில். கணவனோ தொடர் சுற்றுப் பயணத்தில். அவளுக்குத் தனிமைதான் வாழ்க்கை. அவளுக்கு எலுமிச்சைத் தோட்டம் பிடித்திருக்கிறது. இரு பெண்கள் ஒருவ ரோடு ஒருவர் பேசிப் பழகிக்கொள்ளாமலே நட்புறவோடு இருக் கின்றனர். அவள் முதலிலிருந்தே மரங்களை விட்டுவிடுங்கள் என்றுதான் சொல்கிறாள்.

இரு பெண்களும் ஒவ்வொருவகையில் போராடுகின்றனர். அவர்கள் குரல் ஒலித்தாலும், கேட்கத்தான் ஆளில்லை.

சல்மாவின் தந்தையின் நண்பர், சாட்சிக் கூண்டில் ஏறி, ‘மரங்கள் மனிதனைப் போன்றவைதான், அவற்றுக்கு ஆன்மா இருக்கிறது, உணர்வுகள் இருக்கிறது, மரம் நம்மோடு பேசும்’ என்று சொல்லும் காட்சி நம்மை நெகிழ்வூட்டக் கூடியது. அந்த மரங்கள் தண்ணீர் இல்லாமல் காய்ந்து வாடும்போதும், அது வெட்டப் பட்டபோதும் சல்மாவோடு சேர்ந்து நாமும் கண்ணீர் வடிப்பது தான் இயக்குநர் பெற்ற வெற்றி.

2008இல் வெளியான இந்த இஸ்ரேலியத் திரைப்படம், ஓர் உண்மைச் சம்பவத்தை அடிப்படையாகக் கொண்டது. ஒரு இஸ்ரேலிய பாதுகாப்புத்துறை அமைச்சர், தன் வீட்டின் பின்னே இருந்த ஆலிவ் மரங்களை பாதுகாப்புக் காரணம் காட்டி வெட்டச் சொன்னார். அந்த மரங்கள் பாலஸ்தீனியக் குடும்பத்திற்குச் சொந்தமானவை. அவர்கள் அமைச்சர் மீது வழக்குத் தொடுத்த னர். வழக்கு தோற்றுப்போய், இறுதியில் மரங்கள் வெட்டப்பட்டு விட்டன. இந்தச் சம்பவத்தை அடிப்படையாகக் கொண்டுதான் இயக்குநர் இரான் ரிக்ளிஸ் படத்தை உருவாக்கியுள்ளார்.

இப்படம் எலுமிச்சை மரங்களைக் குறியீடாகக்கொண்டு பாலஸ்தீனிய இஸ்ரேலியப் பிரச்சினையைப் பேசுகிறது. படத்தில் பாதுகாப்புத்துறை அமைச்சர் இஸ்ரேலிய, மேற்குக் கரை எல்லைப் பகுதி முழுவதும் பாதுகாப்புச் சுவர்கள் விரைவில் எழுப்பப்படும்

என்பார். மக்களைப் பிரிக்கும் தடுப்புச் சுவர்கள் தேவை இல்லை. தேவை, மக்களை இணைக்கும் அன்பும் நட்புறவும்தான்.

ஒருவரையொருவர் பார்த்துப் பேசிக்கொள்ளாமலே பாலஸ் தீனியப் பெண்ணான சல்மாவும், இஸ்ரேலியப் பெண்ணான மிராவும் ஒருவரையொருவர் புரிந்துகொள்ள முடிகிறபோது, நட்புற வோடு பேசினால் இரு தேசங்களும் புரிந்துகொள்ள முடியும் தானே என்பதுதான் படம் விடுக்கும் செய்தி.

❖

10

தி லாஸ்ட் கிங் ஆஃப் ஸ்காட்லாந்து
(The Last King of Scotland)

சிலர் பேசினால் பயம் வரும், சிலர் முறைத்தால் பயம் வரும். ஆனால், இடி அமீனைப் பார்த்தாலே பயம் வரும். அத்தகைய மிரட்டும் தோற்றம் கொண்டவர் அவர்.

எதிரியின் தலையைக் குளிர்சாதனப் பெட்டியில் வைத்து, கொஞ்சம் கொஞ்சமாகச் சாப்பிடுவார் எனக் குற்றம் சாட்டப்பட்ட அந்த இடி அமீன் ஆட்சியின் இருண்ட பக்கங்களைத்தான் அடுத்துவரும் பக்கங்களில் வாசிக்கப் போகிறோம்.

கதை நிகழும் காலம் 1970. நிக்கோலஸ் கேரிகன், ஓர் இளைஞன். அவன் அப்பொழுதுதான் மருத்துவப் படிப்பை முடித்திருக்கிறான். சாகச எண்ணம் கொண்ட அவன் முன்பின் அறிமுகமில்லாத உகாண்டா நாட்டில் பணிபுரிய வருகிறான். அவன் வந்த சமயம், முன்பு அதிபராக இருந்த ஓபோட்டீயை, ராணுவப் புரட்சியின் மூலம் அகற்றிவிட்டு இடி அமீன் அதிபர் பதவிக்கு வருகிறார்.

நிக்கோலஸ் டாக்டர் டேவிட், சாரா நடத்தும் மருத்துவ மனையில் தன் பணியைத் தொடங்குகிறான். அவன் பணிபுரிந்து கொண்டிருக்கும் கிராமத்திற்கு ஒருநாள் இடி அமீன் வருகிறார். மக்கள் பெருங்கொண்டாட்டத்துடன் அவரை வரவேற்கின்றனர். இடி அமீன் திரும்பிப் போகும்போது வழியில் அவருக்குச் சிறு விபத்து ஏற்பட்டு, கையில் அடிபடுகிறது. அங்கு வரவழைக்கப்படும் நிக்கோலஸ் அவருக்கு மருத்துவம் செய்கிறான். அப்போது, நிக்கோலஸ் ஸ்காட்லாந்தைச் சேர்ந்தவன் என்று தெரிந்ததும், தான் ஸ்காட்லாந்து ராணுவத்துடன் இணைந்து சண்டையிட்ட தைப் பற்றிச் சொல்கிறார் இடி அமீன். 'தனக்கு உகாண்டாவைத் தவிர இன்னொரு நாடு பிடிக்கும் என்றால், அது ஸ்காட்லாந்து தான்' என்கிறார். இடி அமீனுக்கு முதல் சந்திப்பிலேயே நிக்கோலசைப் பிடித்துப்போகிறது.

மறுநாள், நிக்கோலசை அழைத்துவரும்படி தன் காரை அனுப்புகிறார் இடி அமீன். நிக்கோலசிடம், தனக்கு மட்டும் பிரத்யேகமான மருத்துவனாக இருக்கும்படி கேட்கிறார். முதலில் அந்த வேலையை மறுக்கும் நிக்கோலஸ், அன்று இரவு அவருடன் மனம் விட்டுப் பேசக் கிடைத்த சந்தர்ப்பத்திற்குப்பின் வேலையை ஒப்புக்கொள்கிறான்.

ஏற்கனவே இடி அமீன் மீது மதிப்புகொண்டிருக்கும் நிக்கோலஸ், இன்னும் அவருடன் நெருங்கிப் பழகுவதால் அவர் மீது பெரும் நம்பிக்கை கொண்டவனாக மாறுகிறான். அவரைப் பற்றி பிரிட்டிஷ் தூதரக அலுவலர்கள் தவறாகப் பேசும்போதும், நிக்கோலஸ் அதை மறுத்து இடி அமீனுக்காகப் பரிந்து பேசு கிறான்.

இடி அமீனும் நிக்கோலஸ்மீது பெரும் நம்பிக்கை கொள் கிறார். அவனை வெறும் மருத்துவராக மட்டும் இல்லாமல் தன் முதன்மையான ஆலோசகராக மாற்றுகிறார். ஒருமுறை அவர் லிபியா நாட்டிற்குப் பயணம் மேற்கொள்ள வேண்டி வருகிறது. அப்பொழுது நடக்கும் ஆஸ்திரேலியா வெளியுறவுத்துறை அமைச்சருடனான சந்திப்பில், இடி அமீன் சார்பாக நிக்கோலஸ் கலந்துகொள்கிறான். அந்த அளவுக்கு முக்கியத்துவம் பெற்றவனாக மாறுகிறான் நிக்கோலஸ்.

இடி அமீனுக்கு மூன்று மனைவிகள். மூன்றாவது மனைவி கே அமீன். அவள் வலிப்பு நோய் கொண்ட பிள்ளையைப் பெற்ற தால், அவளை ஒதுக்கிவைக்கிறார் இடி அமீன். ஒருமுறை அவனுக்கு வைத்தியம் செய்யப் போகிறான் நிக்கோலஸ். அப்

பொழுது கே அமீன் நிலையை அறிந்துகொள்கிறான். இருவருக்கும் நட்பு ஏற்படுகிறது.

இதற்கிடையில் இடி அமீன், தனக்கு முன்னால் அதிபராக இருந்த ஓபோட்டீயின் ஆட்களைக் கொன்று குவிக்கிறார். விஷயத்தைக் கேள்விப்படும் நிக்கோலஸ் அவரிடம் அதுபற்றிக் கேட்கிறான். 'நாட்டில் கலவரத்தை ஒடுக்கி, பாதுகாப்பை உறுதி செய்வதற்காகத்தான் அவ்வாறு செய்தேன்' என்கிறார் இடி அமீன். நிக்கோலஸ் அதை நம்புகிறான்.

ஆனால், போகப் போக நிக்கோலஸ் அமீனின் மீது நம்பிக்கை இழக்கும் வகையில் பல செயல்கள் நடக்கின்றன. அரசை எதிர்த்துப் பேசும் அனைவரும் காணாமல் போகின்றனர். அமீனின் சுகாதாரத்துறை அமைச்சரும் திடீரெனக் காணாமல் போகிறார். இவ்வாறு காணாமல் போனவர்கள் எல்லாம் கொல்லப்பட்டுவிட்டார்கள் என்பதை உணர்ந்து நிக்கோலஸ் அதிர்ச்சியடைகிறான்.

மறுநாள் அமீனிடம் வந்து, 'நான் ஸ்காட்லாந்திற்குப் போகிறேன்' என்கிறான். ஆனால், அமீன் அவனைச் சமாதானப்படுத்தி அங்கேயே இருக்க வைத்துவிடுகிறார். அன்று இரவு பெரும் பார்ட்டிக்கும் ஏற்பாடு செய்கிறார்.

அந்தப் பார்ட்டியில் கே அமீனைச் சந்திக்கிறான். அவளிடம் தன் துயரத்தைப் பகிர்ந்துகொள்கிறான். அந்தச் சந்தர்ப்பத்தில் இருவரும் இணைகின்றனர். அவள் நிக்கோலசை 'இங்கிருந்து எப்படியாவது தப்பித்து உன் ஊருக்குப் போய்விடு' என்கிறாள்.

மறுநாள் காலை தன் அறைக்குத் திரும்பியவன், தன் ஸ்காட்லாந்து பாஸ்போர்ட், உகாண்டா பாஸ்போர்ட்டாக மாற்றப்பட்டிருப்பதைப் பார்த்து அதிர்ச்சியடைகிறான்.

உடனே பிரிட்டிஷ் தூதரக அதிகாரியான ஸ்டோனிடம் போய் உதவி கேட்கிறான். கொடுங்கோலனான இடி அமீனைக் கொன்றால், தான் உதவுவதாகச் சொல்கிறார். நிக்கோலஸ் மறுத்துவிட்டு வெளியேறுகிறான்.

இந்நிலையில் அமீன், உகாண்டாவில் இருக்கும் ஆசியக் கண்டத்தவர்களை 90 நாட்களுக்குள் நாட்டை விட்டு வெளியேற வேண்டுமென உத்தரவிடுகிறார்.

'இது மிகப் பெரிய தவறு' என்று நிக்கோலஸ் அமீனிடம் வாதாடுகிறான். 'நீ ஒரு டாக்டர், அவ்வளவுதான்... வேறு விஷயத்தில் தலையிடாதே...' என்கிறார் இடி அமீன்.

இந்தச் சூழ்நிலையில் கே அமீன் நிக்கோலசிடம் தான் கர்ப்ப மாகிவிட்டதாகத் தொலைபேசியில் கூறுகிறாள். கருக் கலைப்பு செய்ய உதவி கேட்கிறாள். பதற்றமடைந்த நிக்கோலஸ் வேறுவழி யின்றி 'நாளை காலை கருக்கலைப்பு செய்யலாம்' என்கிறான். மறுநாள் அவன் கிளம்பும்போது, முக்கியமான மீட்டிங் எனக்கூறி அமீன் தன்னுடன் இருக்கச் செய்துவிடுகிறார்.

காத்திருந்த, கே அமீன், வேறு வழியில்லாமல் கிராமப்புற மருத்துவச்சியை நாட, விஷயம் வெளியில் தெரிந்து இடி அமீன் ஆட்களால் கொல்லப்படுகிறாள். இதனால் பெரும் ஆத்திரமுற்ற நிக்கோலஸ் இடி அமீனை விஷ மாத்திரை கொடுத்துக் கொல்ல நினைக்கிறான்.

இதை இடி அமீனின் பாதுகாப்பு அதிகாரி கண்டுபிடித்து விடுகிறார். அத்துடன் கே அமீனுடனான அவன் தொடர்பும் இடி அமீனுக்குத் தெரிந்துவிடுகிறது. உடனே அவனைக் கொல்லச் சொல்கிறார். ஆனால், நிக்கோலசுடன் பணிபுரியும் இன்னொரு மருத்துவர் அவன் தப்பிக்க உதவுகிறார். அந்தச் சமயத்தில் பாலஸ்தீனிய தீவிரவாதிகள் இஸ்ரேலிய விமானத்தைக் கடத்தி உகாண்டாவில் வைத்திருப்பார்கள். இடி அமீன் இஸ்ரேலியர் அல்லாதவர்களை மட்டும் விடுவிப்பார். அந்தக் கூட்டத்துடன் கூட்டமாக நிக்கோலஸ் தப்பிவிடுவான்.

மிகத் தாமதமாகத்தான் இடி அமீனுக்கு இந்த விஷயம் தெரிய வருகிறது. அதற்குள் விமானம் வானத்தில் பறக்கத் தொடங்கி விடுகிறது. விமானத்தில் இருக்கும் நிக்கோலஸ், ஒரு காலத்தில் தான் இடி அமீனின் காரில் போனபோது, உகாண்டா நாட்டுச் சிறுவர்கள் அவனுக்குக் கையசைத்தபடி ஓடிவருவதை நினைத்துப் பார்ப்பதோடு படம் முடிவடைகிறது.

படம் பார்த்து முடிக்கும்போது ஒரு மிரட்சி ஏற்படுவதை நம்மால் தவிர்க்க இயலாது.

2006இல் வெளியான இப்பிரிட்டிஷ் திரைப்படம் கைல்ஸ் ஃபோடன் எழுதிய 'தி லாஸ்ட் கிங் ஆஃப் ஸ்காட்லாந்து' என்னும் நாவலை அடிப்படையாக வைத்து எடுக்கப்பட்டுள்ளது.

இந்தக் கதையை இயக்குநர் கெவின் மெக்டொனால்டு தேர்ந்தெடுத்ததே ஒரு சுவாரஸ்யமான விஷயம். அப்போது அவர் ஒரு பதிப்பகத்தில் வேலை செய்துகொண்டிருந்தார். இந்நாவலின் கைப்பிரதியை அவர் 1997 வாக்கிலேயே வாசித்திருக்கிறார். அந்தக் கதை அப்போதே அவருக்கு மிகவும் பிடித்திருந்தது.

கதையும் அடிமனதில் அப்படியே தங்கிவிட்டது. பல வருடங்களுக்குப் பின், படம் இயக்க வாய்ப்புக் கிடைத்தபோது, இந்த நாவலைப் படமெடுக்கலாம் எனத் தயாரிப்பாளரிடம் பரிந்துரைசெய்துள்ளார். இப்படித்தான் இப்படம் உருவானது.

இயக்குநர் கெவின் மெக்டொனால்டின் முதல் படம் இது. முதல்படம் என்று தெரியாதவாறு படத்தை அவ்வளவு சிறப்பாக உருவாக்கியிருக்கிறார்.

இந்தப் படத்தை ஒட்டுமொத்தமாகத் தாங்கி நிற்பது இடி அமீனாக நடித்த பாரஸ்ட் விட்டேக்கர்தான். அவரின் நடிப்பு நம்மை வியக்க வைக்கிறது.

இந்தப் படத்திற்காக அவர் 30 கிலோ எடை கூடியுள்ளார். இடி அமீன் பற்றிய அனைத்து விஷயங்களையும் படித்துள்ளார். அதோடு மட்டுமில்லாமல் படப்பிடிப்பு தொடங்கும் முன்னமேயே பல நாட்கள் உகாண்டாவில் தங்கி, இடி அமீனின் நண்பர்கள், உறவினர்கள் மற்றும் அவரால் பாதிக்கப்பட்டவர்கள் என அனைவருடனும் பேசி, பல விஷயங்களைக் கேட்டறிந்துள்ளார். அவர்கள் உச்சரிக்கும் முறையிலும் பயிற்சி எடுத்துள்ளார். கிட்டத்தட்ட ஓர் ஆண்டு வேறு சிந்தனையில்லாமல் இடி அமீனாகவே வாழ்ந்திருக்கிறார்.

அவரின் அர்ப்பணிப்பு மிகுந்த அந்த உழைப்பிற்கு மரியாதை செய்வதுபோல சிறந்த நடிகருக்கான ஆஸ்கர் விருது உட்பட 30க்கும் மேற்பட்ட விருதுகள் கிடைத்தன.

படத்தில் இடி அமீனின் கொடூரச் செயல்கள் முழுக்கக் காட்டப்பட்டிருந்தாலும், அவரின் சில நல்ல பகுதிகளும் காட்டப்படுகின்றன.

அடிப்படையில் இடி அமீன் குத்துச் சண்டை வீரர். 10 வருடங்கள் தொடர்ந்து உகாண்டாவின் ஹெவிவெய்ட் சாம்பியனாக இருந்திருக்கிறார்.

சிறந்த நகைச்சுவையாளராகவும் இருக்கிறார். படத்தில் சிறுவர்களுடன் குத்துச்சண்டை போடுவார், நீச்சல் அடிப்பார், மக்களுடன் கலந்து நடனம் ஆடுவார்.

ஒருமுறை டாக்டர் காரிகனிடம் சொல்வார், ‘தன் பயத்தை எவன் ஒருவன் வெளிக்காட்டுகிறானோ அவன் பலவீனமானவன், அவன் ஒரு அடிமை’ என்பார்.

மற்றொரு காட்சியில் 'பிரிட்டிஷ் ராணுவத்தில் பாத்திரம் கழுவும் பையனாக இருந்த நான்தான் இன்று உகாண்டாவின் அதிபராக இருக்கிறேன்' என்பார்.

இப்படிச் சில மனிதத்தன்மைகள் தவிர முழுக்க முழுக்கக் கொடூரமான செயல்பாடுகள்தான் அவருடையவை.

தன் எட்டாண்டு ஆட்சிக் காலத்தில் உகாண்டாவைச் சேர்ந்த 3 லட்சம் பேரைக் கொன்று குவித்துள்ளார். முதலைகளுக்குச் சாப்பிட்டுச் சாப்பிட்டு அஜீரணம் ஏற்படும் வகையில், ஆட்களைக் கொன்று கொன்று ஆற்றில் எறிந்திருக்கிறார்.

தன் சட்டையில் குத்த இடமில்லாத அளவுக்கு மெடல்களைக் குத்திக்கொண்டும், ஸ்காட்லாந்தின் கடைசி அரசன் போன்ற விதவிதமான பட்டங்களைத் தனக்குத்தானே அவர் அளித்துக் கொண்டாலும், அவருக்கு உலகம் கொடுத்த பட்டம் என்னவோ ஹிட்லர், முசோலினி வரிசையில்தான்.

❖

11

தி பட்லர்
(The Butler)

உலகத்தில் இருந்தும் இல்லாதிரு என்பது உயர் தத்துவம்; நாலு பேர் கூடிய அறைக்குள் இருந்தும்; இருப்பதற்கான அடையாளமற்றிரு என்பது பட்லர் தத்துவம்.

அப்படி எட்டு அமெரிக்க அதிபர்களின் கீழ், 34 ஆண்டுகள் பட்லராகப் பணியாற்றிய ஈஜின் ஆலனின், வெள்ளை மாளிகை அனுபவத்தை மையமாக வைத்து எடுக்கப்பட்ட படம்தான் 'தி பட்லர்.'

கதை தொடங்கும் காலம், 2009ஆம் ஆண்டு. 34 வருடங்கள் வெள்ளை மாளிகையில் பட்லராக வேலை பார்த்து ஓய்வுபெற்ற முதியவரான கைய்ன்ஸ் புதிய அதிபராகப் பொறுப்பேற்றுள்ள ஒபாமாவின் அழைப்பை ஏற்று, அவரைச் சந்திப்பதற்காகக் காத்திருக்கிறார்.

அவர் மனது இப்போது பின்னோக்கிப் போகிறது. அப்போது கைய்ன்ஸின் வயது ஏழு.

அவனின் தந்தையும் தாயும், பருத்தித் தோட்டத்தில் வேலை செய்கின்றனர். ஒருநாள் அப்பண்ணையின் முதலாளி, அவனது தாயை வன்புணர்ச்சி செய்கிறார். அதைத் தட்டிக் கேட்ட அவனது தந்தையைச் சுட்டுக்கொல்கிறார்.

அழுது அரற்றும் கைய்ன்ஸை, முதலாளியின் பாட்டி தேற்றி தன் வீட்டில் வேலைக்காரனாக வைத்துக்கொள்கிறார்.

கைய்ன்ஸுக்கு இப்பொழுது பதினெட்டு வயது. ஒருநாள் அப்பண்ணையை விட்டு வெளியேறுகிறான்.

தான் வேலைபார்த்த பண்ணையைவிட நகரம் அபாயகர மானது என்பதை உணர்கிறான். வேலை எதுவும் கிடைக்காமல் மிகவும் சிரமப்படுகிறான். ஒருநாள் இரவு பசி பொறுக்கமுடியாமல், ஒரு ஹோட்டலில் இருக்கும் கேக் கடையின் கண்ணாடியை உடைத்து, உள்ளே நுழைந்து கேக்குகளைத் தின்கிறான்.

சத்தம் கேட்டு அங்கு கறுப்பின தலைமைப் பணியாளர் வந்ததால் தப்பித்துக்கொள்கிறான். அவனுக்கு அங்கேயே பட்லர் வேலை தருகிறார்.

சில வருடங்கள் கடக்கின்றன. அப்போது வாஷிங்டனில் உள்ள எக்செல்சியர் ஹோட்டலில், பட்லர் வேலை அவரது தலைமைப் பணியாளருக்கு வருகிறது. ஆனால், அவர் கைய்ன் ஸிடம் 'நீ போய்ச் சேர்ந்துகொள்' என்று அனுப்புகிறார்.

அங்கு வேலை செய்யும் பொழுது, பணிப்பெண்ணாக இருந்த குளோரியாவைச் சந்திக்கிறார். இருவரும் திருமணம் செய்து கொள்கின்றனர். காலம் நகர்கிறது. இப்பொழுது கல்லூரி போகும் வயதில் லூயிஸ் என்ற மகனும், பள்ளிக்குப்போகும் வயதில் சார்லி என்ற மகனும் உள்ளனர்.

எக்செல்சியர் ஹோட்டலில் வேலை பார்த்துக் கொண்டி ருக்கும் பொழுது, வெள்ளை மாளிகையில் பட்லராகப் பணிபுரியும் வாய்ப்புக் கிடைக்கிறது.

கைய்ன்ஸ் பெருமிதத்துடன் வெள்ளை மாளிகை வேலையைத் தொடங்குகிறார். அப்போது ஐசன்ஹாவர் அதிபராக இருக்கிறார்.

அந்தக் காலகட்டத்தில் நீதிபதி வாரன், வெள்ளை நிறத்த வர்கள் படிக்கும் பள்ளியிலேயே, கறுப்பினத்தவர்களும் சேர்ந்து படிக்கலாம் என்று உத்தரவிடுகிறார்.

ஆனால், தென் பகுதியில் உள்ள பல இடங்களில் கறுப் பினத்தவர்களைப் பள்ளிக்குள்ளே விடாமல் காவலர்கள் தடுக்

கின்றனர். அது பெரிய பிரச்சினையாக மாறும் சூழ்நிலை உருவா கிறது.

முதலில் ஐசன்ஹாவர் படைகளை அனுப்பத் தயங்குகிறார். ஆனால், பதற்றமான நிலைமை தொடர்ந்து நீடித்ததால் வேறு வழியின்றிப் படைகளை அனுப்புகிறார்.

கைய்ன்ஸ் தன் வாழ்நாளில் முதன்முறையாக கறுப்பினத்த வர்களுக்கு ஆதரவாக ஒரு வெள்ளையர் செயல்பட்டதைப் பார்க்கிறார்.

இதுபோன்ற சூழ்நிலையில் கைய்ன்ஸ் எவ்வளவு சொல்லியும் கேளாமல் லூயிஸ், தென்பகுதியில் உள்ள ஃபிஸ்க் பல்கலைக் கழகத்தில் சேர்ந்து படிக்கப்போகிறான். அங்கு ஜேம்ஸ் லாசன் என்னும் போராளி தலைமையில் கறுப்பினத்தவர்களுக்குச் சம உரிமை கேட்டு அகிம்சைப் போராட்டத்தில் ஈடுபடுகிறான். போராட்டத்தில் கைது செய்யப்பட்டு சிறையில் அடைக்கப்படு கிறான். 'லூயிஸ் ஏன் இது போன்று நடந்துகொள்கிறான்' என்று கைய்ன்ஸ் கோபப்படுகிறார்.

ஆனால், அதையெல்லாம் பொருட்படுத்தாத லூயிஸ், தொடர் போராட்டங்களில் கலந்துகொள்கிறான். அச்சமயத்தில் பிர்மிங்ஹாமில் அமைதிப் பேரணி ஒன்று நடக்கிறது. பேரணி யினரை போலிசார் கடுமையாகத் தாக்குகின்றனர். இந்தக் காட்சியை தொலைக்காட்சியில் பார்க்கும் அதிபர் கென்னடி, 'இது நான் எதிர்பார்க்கிற அமெரிக்கா இல்லை' என்று கோபப் படுகிறார்.

விரைவில் மக்கள் உரிமைச் சட்டம் 1964ஐக் கொண்டு வருகிறார். அச்சட்டத்தின்படி அமெரிக்கர்கள் அனைவரும் நிற வேறுபாடு இன்றி, எந்த இடத்திற்கும் செல்லலாம். அந்தச் சட்டம் கொண்டுவந்த சில மாதங்களிலேயே அவர் கொல்லப்படுகிறார். கொல்லப்பட்ட செய்தி கேட்ட கைய்ன்ஸ் மனமுடைந்து போகின்றார்.

அடுத்து லிண்டன் பி. ஜான்சன் அதிபராகிறார். அந்தச் சமயத்தில் செல்மாவில் அனைவருக்கும் ஓட்டுரிமை கேட்டு அமைதிப் பேரணி நடக்கிறது. வழக்கம்போலப் பேரணியினரை போலீசார் கண்மூடித்தனமாகத் தாக்குகின்றனர். பலர் காயமடை கின்றனர். அந்தக் கொடூரமான நிகழ்வுதான் 'பிளடி சண்டே' என்றழைக்கப்படுகிறது.

அந்தப் பேரணியைப் பார்க்கும் அதிபர் ஜான்சன், தொலைக் காட்சியில் தோன்றி தன் கடுமையான கண்டனத்தைத் தெரிவிக்கிறார். அனைவருக்கும் ஓட்டுரிமை என்பதையும் உறுதிசெய்கிறார்.

இது நடந்து சில ஆண்டுகள் கழித்து, மார்ட்டின் லூதர் கிங், நிறவெறி கொண்ட வெள்ளையர் ஒருவரால் கொல்லப்படுகிறார். கறுப்பினத்தவர்கள் கொந்தளிப்படைகின்றனர். பல இடங்களில் கலவரங்கள் நடக்கிறது.

லூயிஸ் இப்பொழுது, கருஞ்சிறுத்தை அமைப்பில் இணைகிறான். அது தீவிரவாதச் செயல்பாடுகளில் ஈடுபடுவதால், ஒரு கட்டத்தில் அதிலிருந்து விலகி, படிப்பைத் தொடர கல்லூரியில் சேர்ந்துவிடுகிறான்.

அச்சமயத்தில் அமெரிக்கா வியட்நாம் மீது போர் தொடுக்கிறது. கைய்ன்ஸின் இரண்டாவது மகன் சார்லி போரில் சண்டையிடப் போகிறான். துரதிருஷ்டவசமாக சார்லி போரில் கொல்லப்படுகிறான். லூயிஸ் சவ அடக்கத்திற்கு வரவில்லை. கைய்ன்ஸ் அவன் மீது கடும் வெறுப்படைகிறார்.

காலம் நகர்கிறது. இப்பொழுது கைய்ன்ஸ் வெள்ளை மாளிகைக்கு வந்து 34 வருடங்கள் ஆகிவிட்டன. இடையில் நிக்சன் உட்பட பல அதிபர்களைப் பார்த்துவிட்டார். இப்பொழுது ரீகனின் ஆட்சி.

இவ்வளவு வருடம் பட்லர் வேலையை நேசித்துச் செய்து வந்தவர், சமீபகாலமாக இந்த வேலை தனக்கு விருப்பமற்றதாக மாறுவதை உணர்கிறார். அத்துடன் நிற வேறுபாடு, வெள்ளை மாளிகையில் அதிகரித்திருப்பதைப் பார்க்கிறார். அவர் பலமுறை கேட்டும், வெள்ளை நிற ஊழியர்களுக்குத் தரப்படும் சம்பளமும், பிற சலுகைகளும் கறுப்பினப் பணியாளர்களுக்குத் தரப்படவில்லை.

அத்துடன், தென்னாப்பிரிக்காவின் நிறவெறிகாரணமாக பல நாடுகள் அந்நாட்டின் மீது பொருளாதாரத்தடை விதித்தது. ஆனால், ரீகன் தடை விதிக்க மறுத்துவிட்டார். அதுவும் சேர்ந்து கைய்ன்ஸை மனச்சோர்வடையச் செய்கிறது. இனிமேலும் இங்கு வேலை செய்ய முடியாது என்று தீர்மானித்து ஓய்வு பெறுகிறார்.

இப்பொழுது 2008ஆம் வருடம். கைய்ன்ஸ்க்கு 89 வயது. அவர் தனது கனவில்கூட நினைத்துப் பார்த்திராத விஷயம் நடக்கிறது. ஒபாமா சரித்திர முக்கியத்துவம் வாய்ந்த வெற்றி பெற்று,

அமெரிக்காவின் முதல் கறுப்பின அதிபர் ஆகிறார். கைய்ன்ஸ் பெருமகிழ்ச்சியடைகிறார்.

ஒபாமா அதிபரான இரண்டு மாதங்கள் கழித்து, கைய்ன்ஸ் அவரைப் பார்க்க வெள்ளை மாளிகைக்குப் போகிறார். அத்துடன் படம் நிறைவடைகிறது.

'தி பட்லர்' எனும் இந்த அமெரிக்கத் திரைப்படம் 2013இல் வெளியானது.

வில் ஹேகுட் என்னும் எழுத்தாளர், 'வாஷிங்டன் போஸ்ட்' பத்திரிகையில், யூஜின் ஆலனின் வெள்ளை மாளிகை அனுபவங்களை அடிப்படையாக வைத்து நீண்ட கட்டுரை ஒன்றை எழுதினார்.

அந்தக் கட்டுரை, இயக்குநர் லீ டேனியலை மிகவும் பாதித்தது. உடனே அதைத் திரைப்படமாக்கலாமே என்ற எண்ணமும் எழுந்தது.

இப்படம் வெளியாகி பெரும் வெற்றி பெற்றாலும்; வெளியாவதற்குள் பல போராட்டங்களைச் சந்தித்திருக்கிறது. பெரிய தயாரிப்பாளர்கள் யாரும் இல்லாத நிலையில், 31 பேரிடம் நிதியுதவி பெற்றுத்தான், இப்படம் தயாராகியுள்ளது. 180 கோடி ரூபாய் செலவில் எடுக்கப்பட்ட இத்திரைப்படம் 1000 கோடி ரூபாய் வசூல் செய்தது என்பது மிகப் பெரிய விஷயமாகும்.

டேனி ஸ்ட்ராங்கின் அபாரமான திரைக்கதையும், ஃபாரஸ்ட் விட்டேக்கரின் வியக்கவைக்கும் நடிப்பும் ஆண்ட்ரூ டன்னின் பிரம்மிக்கவைக்கும் ஒளிப்பதிவும் படத்தின் பெரும்பலம்.

இந்தப் படத்தை எடுக்கத் தூண்டுதல் என்னவென்று இயக்குநர் டேனியலிடம் கேட்டபொழுது, "வெள்ளை நிற மாணவர்கள் படிக்கும் பள்ளியில்தான் நான் படித்தேன். அங்கு வெள்ளை நிற மாணவர்கள், நீக்ரோ நீக்ரோ என்று என்னைத் தினமும் கிண்டலும் கேலியும் செய்வார்கள். வகுப்பில் நான் பட்ட துன்பம் அடிமனதில் அப்படியே தங்கிவிட்டது. இன்று நான் இந்த நிலைக்கு உயர்ந்ததற்கும், இப்படம் எடுத்ததற்கும் அதுதான் காரணம்" என்றார்.

படத்தில் வரும் ஒரு காட்சி இது, அதிபர் ஜான் எப். கென்னடி, கறுப்பினத்தவர்களுக்கு ஆதரவாகச் செயல்படுகிறார் என்று சுட்டுக் கொல்லப்பட்டுவிடுவார். ரத்தம் தோய்ந்த உடையுடன் இருக்கும் கென்னடியின் மனைவி குலுங்கி அழும்

காட்சி, நம் மனதைக் கரையவைக்கும். அதற்கு இணையாக, கையின்ஸும் 'எங்கள் மனிதரைக் கொன்றுவிட்டார்களே' என்று நொறுங்கிப்போவார். அக்காட்சி நிறவேறுபாடு கடந்த உண்மையான அன்பை வெளிப்படுத்தும்.

அதே போன்று இன்னொரு காட்சி, படத்தின் இறுதியில் ஒபாமா பதவியேற்பது. கையின்ஸ் தன் கனவிலும் நினைத்துப் பார்த்திராத காட்சி அது. ஒபாமா பதவியேற்கும் போது, கையின்ஸ் கண்ணீர் வடிப்பார். அவரது துயரம் தோய்ந்த வாழ்க் கையைப் பார்க்கும் போது, அந்தக் கண்ணீரின் அர்த்தம் புரியும்.

படத்தில் பல வசனங்கள் கறுப்பினத்தவர்கள் பட்ட துயரங் களைச் சொல்லும். ஒருமுறை கையின்ஸ் வீட்டுக்கு வெள்ளையர் ஒருவரின் டெலிபோன் வரும், அதற்கு கையின்ஸ் 'வெள்ளையர் ஒருவர் நம்மை அழைக்கிறார் என்றாலே அது மோசமான விஷய மாகத்தான் இருக்கும்' என்பார்.

அதேபோல கையின்ஸ் ஓரிடத்தில், 'சித்திரவதைமுகாம் பற்றிப் பெரிதாகப் பேசுகிறார்கள், கடந்த 200 வருடங்களாக கறுப்பினத்த வர்களுக்கு அமெரிக்கா சித்திரவதை முகாமாகத்தான் இருக்கிறது' என்பார்.

இந்தப் படத்தைப் பார்த்த ஒபாமா; 'பட்லர்கள் மட்டுமல்ல, வெள்ளை மாளிகையில் கடும் அர்ப்பணிப்புடன் உழைத்த அத்தனை பேரையும் நினைத்து கண்ணீர் வடிக்கிறேன்' என்றார். அத்துடன் ஃபாரஸ்ட் விட்டேக்கர் மற்றும் ஓப்ரா வின்ப்ஃரேயின் நடிப்பையும் பாராட்டினார்.

படத்தில் கையின்ஸின் காட்பாதராக இருந்து அவரை வழி நடத்தும் மேனார்டு, ஒருமுறை சொல்வார் "பட்லராகிய நமக்கு இரண்டு முகங்கள் இருக்கின்றன. ஒன்று, நம்முடைய உண்மை யான முகம். இன்னொன்று, வெள்ளையர்களுக்குக் காட்டுகிற முகம்" என்பார்.

ஆனால், கையின்ஸ், அனைவரிடத்திலும் காட்டியது ஒரே முகம்தான். அது அன்பு என்னும் முகம்.

❖

12

தி இன்டர்வியூ
(The Interview)

நான் மனிதர்களைப்போல் மலம் கழிக்க மாட்டேன், சிறுநீர் பெய்ய மாட்டேன். கடவுளாகிய எனக்கு அதுபோன்ற உபாதைகள் இல்லையென்று சொல்லி தன் நாட்டு மக்களை நம்பவைக்கும் ஒரு அதிபரைப் பற்றிக் கேள்விப் பட்டிருக்கிறீர்களா?

அப்படிப்பட்ட அதிபரை, நேர்காணல் கண்டு, அவர் கட்டமைத்து வைத்திருக்கும் போலி பிம்பங்களை உடைக்கிறான் ஒருவன்... இதுதான் 'தி இன்டர்வியூ' என்னும் திரைப்படம்.

டேவ் ஸ்கைலார்க், 'ஸ்கைலார்க் டு நைட்' என்னும் பெயரில் 'டாக் ஷோ' நடத்துபவன். பிரபலமான ஆளுமைகளை நேர்காணல் செய்யும் பொழுது, அவர்களே எதிர்பாராத கேள்விகளைக் கேட்டுத் திக்குமுக்காடச் செய்துவிடுவான். டேவ் வின் இந்த நிகழ்ச்சி அமெரிக்க ரசிகர்களிடையே புகழ்பெற்றதாகும்.

அன்று 'ஸ்கைலார்க் டு நைட்' நிகழ்ச்சியின் ஆயிரமாவது எபிசோட். அதைக் குழுவினர்கள் கொண்டாடி மகிழ்கின்றனர். அப்போது வடகொரிய அதிபர் கிம் ஜாங் உன், ஒரு பத்திரிகை யின் நேர்காணலில், 'ஸ்கைலார்க் டு நைட்' 'தனக்குப் பிடித்தமான நிகழ்ச்சி' என்று கூறியிருப்பது டேவ்விற்கும்; நிகழ்ச்சியின் இயக்குநர் ஆரோனிற்கும் தெரிய வருகிறது. பெரு மகிழ்ச்சியடை கின்றனர். நாம் ஏன் வடகொரிய அதிபரை நேர்காணல் செய்யக் கூடாது என்ற எண்ணமும் அப்பொழுது எழுகிறது. அதிபரின் அலுவலகத்தை ஆரோன் தொடர்புகொள்கிறான். அவனே எதிர் பாராத வகையில் அதிபர் கிம் ஜாங் நேர்காணலுக்குச் சம்மதிக் கிறார்.

இதற்குள் டேவ் வடகொரிய அதிபர் கிம் ஜாங்கை நேர் காணல் செய்யப்போவது வெளியில் தெரிய வருகிறது.

ஒருநாள் காலையில், அமெரிக்காவின் சி.ஐ.ஏ. ஏஜெண்ட் இருவர் டேவ்வையும் ஆரோனையும் தேடி வருகிறார்கள். 'அமெரிக்காவைத் தகர்க்கவல்ல ஏவுகணையை வைத்திருக்கும், கிம் ஜாங் நம் நாட்டிற்கு ஆபத்தானவர்; அவரைக் கொல்ல நீங்கள் உதவ வேண்டும்' என்கின்றனர். முதலில் மறுத்த டேவ், ஆரோன் பிறகு சரியென்கின்றனர்.

அவர்களின் திட்டப்படி, அதிபரைச் சந்திக்கும்போது அவருடன் டேவ் கை குலுக்க வேண்டும். அப்போது டேவ் கையில் ஒட்டிக்கொண்டிருக்கும் பிளாஸ்திரியில் இருக்கும் விஷம் அவர் உடலுக்குள் புகுந்துவிடும். அடுத்த 12 மணி நேரத்தில் இறந்து விடுவார். அவரை யார் கொன்றார்கள் என்பதே யாருக்கும் தெரியாது. இதுதான் அவர்களின் திட்டம்.

அபாயம் நிறைந்த வேலையை ஏற்றுக்கொண்ட டேவ்வும், ஆரோனும் வடகொரியா வந்தடைகின்றனர். அவர்களுக்கு விமானநிலையத்தில் பெரும் வரவேற்பு அளிக்கப்படுகிறது.

மறுநாள் காலையில் அதிபர் கிம் ஜாங், டேவ் அறைக்கு வருகிறார். டேவ் உருவச் சிலையை, டேவ்விற்குப் பரிசாக அளிக் கிறார். டேவ்வைத் தன் பீரங்கி வண்டியில் அழைத்துச் செல்கிறார். அவனுடன் கூடைப்பந்து விளையாடுகிறார். அவனுக்கு மது, மாது என பார்ட்டி கொடுக்கிறார். அன்றைய நாள் முழுவதையும் டேவ்வுடனே அவர் கழிக்கிறார். கிம் ஜாங்கின் உபசரிப்பிலும், அவரின் அன்பான பேச்சிலும் மயங்கிப் போகிறான்.

மறுநாள் அறைக்குத் திரும்பிய டேவ்விடம் ஆரோன், 'நீ அதிபரைக் கொல்ல வேண்டுமென்பதையே மறந்துபோய் விட்டாய். அவர் உன்னிடம் காட்டுவதெல்லாம் பாசாங்குதான்

என்றவன், நாட்டில் முக்கால்வாசிப்பேர், பட்டினி கிடக்கிறார்கள், சித்திரவதை முகாமில் லட்சக்கணக்கானபேர் அடைக்கப்பட்டிருக்கிறார்கள். இவன் ஒரு கொடுங்கோலன், கொல்லப்பட வேண்டியவன்' என்கிறான்.

'அவர் அப்படிப்பட்டவர் அல்ல' என டேவ் மறுக்கிறான். ஒருமுறை ஆரோனே, கிம் ஜாங்கைக் கொல்ல முயன்றபோது அதைத் தடுத்தும் விடுகிறான்.

ஆனால், விரைவிலேயே கிம் ஜாங் பற்றி டேவ் தெரிந்து கொள்ளும் சந்தர்ப்பம் வருகிறது. ஒருநாள் கிம் ஜாங் கொடுத்த பார்ட்டியின்போது 'என்னைத் தகுதியில்லாதவன், திறமையற்றவன் என்று பலர் நினைக்கிறார்கள். பல கோடி பேரைக் கொன்றாவது, நான் வலிமையானவன் என்று உலகத்திற்கு நிரூபிக்கவேண்டும்' என்று ராணுவ அதிகாரிகளிடம் பேசுவார். டேவ் அதைக்கேட்டு அதிர்ச்சியடைகிறான்.

அத்துடன், நாடெங்கும் இருக்கும் பழக்கடைகள் அனைத்தும் போலியானவை, பழங்கள் அனைத்தும் பிளாஸ்டிக்கில் செய்யப்பட்டவை என்பதையும், மக்கள் பட்டினியில் வாடுகிறார்கள் என்று ஆரோன் சொன்னது உண்மை என்பதையும் தெரிந்து கொள்கிறான்.

இதற்கிடையில் ஆரோனிற்கும் பெண் பாதுகாவலர் சூக்கிற்கும் காதல் ஏற்படுகிறது. டேவ், கிம்ஜாங்கைக் கொல்ல வேண்டுமெனச் சொல்லும்போது, சூக், 'அவரைக் கொல்லக் கூடாது. அதனால் ஒரு மாற்றமும் வராது. அதைவிட அவரைக் கடவுள் என நம்பிக்கொண்டிருக்கும் மக்களிடம் அவர் ஒரு பொய்யன்; கொலைகாரன் என்று நிரூபிக்கவேண்டும். அதற்கு ஒரே வழி அவரை நேர்காணல் செய்வதுதான்' என்கிறாள்.

நேர்காணல் எடுக்கவேண்டிய நாளும் வருகிறது. டேவ், முதலில் ஏற்கனவே தயார் செய்து தரப்பட்ட கேள்விகளைக் கேட்டுக்கொண்டிருந்தாலும் ஒரு கட்டத்தில், 'ராணுவத்திற்காக வருடந்தோறும் 800 மில்லியன் டாலர் செலவழிக்கும் நீங்கள், ஏன் கோடிக்கணக்கான பேருக்கு உணவுகொடுக்காமல் பட்டினி போடுகிறீர்கள், கடவுள் என்று சொல்லிக்கொள்ளும் உங்களுக்கு இது கூச்சமாக இல்லையா' என்கிறான். கிம் ஜாங் பதில் சொல்ல முடியாமல் தவிக்கிறார். டேவ், மேலும் மேலும் அவரது பலவீனமான பல விஷயங்களைக் கேட்டு அழவைக்கிறான். கிம்ஜாங் 'தான் ஒரு இரும்பு மனிதன்' என்று கட்டமைத்திருக்கும் பிம்பம் உடைகிறது.

இதனால் ஆத்திரமுற்ற கிம் ஜாங், தன் துப்பாக்கியை எடுத்து டேவ்வின் மார்பில் சுடுகிறார். டேவ் சரிந்து விழுகிறான். கிம் ஜாங் கிளம்பிப்போகிறார். ஆனால், புல்லட் ப்ரூப் ஜாக்கெட் அணிந்திருந்ததால் தப்பித்துக்கொள்கிறான்.

அதன்பிறகு சூக் இருவரையும் பீரங்கி வண்டியில் ஏற்றித் தப்ப வைக்கிறாள். இவர்கள் தப்பிவிட்ட விஷயம் கேள்விப்பட்ட கிம் ஜாங், டேவ்வைக் கொல்லக் கிளம்புகிறார். ஹெலிகாப்டரில் இருக்கும் கிம் ஜாங், டேவ்வைக் கொல்வதற்குள் டேவ் பீரங்கியை வெடிக்கச்செய்ய, ஹெலிகாப்டர் பற்றியெரிந்து கிம் ஜாங் இறக் கிறார். டேவ்வும், ஆரோனும் அமெரிக்கா வந்தடைகின்றனர். சூக் இடைக்கால அதிபராகிறாள். அத்துடன் படம் முடிவடை கிறது.

*2014*இல் வெளியான இந்த அமெரிக்கத் திரைப்படம்; பார்ப்பவர்களுக்குச் சிரிப்பை வரவழைத்தாலும்; எடுத்த சோனி நிறுவனத்திற்கு அது கடும் சோதனையைத்தான் ஏற்படுத்தியது.

வடகொரிய அதிபரைக் கிண்டல் செய்து படம் எடுக்கும் போதே; ஏதோ சில பிரச்சினைகள் வரும் என்றுதான் எதிர்பார்த் திருந்தார்கள். ஆனால் நிறுவனத்தையே முடக்கும் வகையிலும், பல கொலை மிரட்டல்களும் வரும் என்று அவர்களே எதிர் பார்த்திருக்கவில்லை.

சோனி நிறுவனத்தின் ஒட்டுமொத்த கம்ப்யூட்டர் நெட் வொர்க்கும் கபளீகரம் செய்யப்பட்டன. அவர்களின் ரகசியமான பல மின்னஞ்சல்கள், அடுத்து ரிலீசுக்குத் தயாராக இருக்கும் படங்கள் சிலவற்றையும் இணையத்தில் வெளியிட்டுவிட்டார்கள்.

பயந்துபோன சோனி நிறுவனம், படத்தை ரிலீஸ் செய்யப் போவதில்லை என்று அறிவித்தது. அதிபர் ஒபாமா உள்ளிட்ட பலர் அதற்குக் கடும் கண்டனம் தெரிவிக்க, படத்தை சிறிய அளவில் வெளியிட்டார்கள். இந்தப் படத்தின்மூலம் சோனி நிறுவனத்திற்கு *200* கோடி ரூபாய் நஷ்டம் ஏற்பட்டது.

இவ்வளவு நஷ்டத்திற்குப் பிறகும் சோனி நிறுவனம் இயக்குநர்களின் பின்னால் நின்றது பாராட்டுக்குரியது.

இயக்குநர்கள் சேத் ரோகன், இவான் கோல்டுபெர்க். தொடக்கத்தில் இப்பொழுது அதிபராக இருக்கும் கிம்மின் தந்தையை மையமாக வைத்து 'கில்லிங் கிம் ஜாங் உல்' என்ற தலைப்பில்தான் எழுத ஆரம்பித்திருக்கிறார்கள். ஆனால், எழுது வது ஏனோ பத்து வருடங்கள் தள்ளிப்போனது. *2011* இல் தந்தை

மரணமடைந்து கிம் ஜாங் அதிபராகப் பதவியேற்றார். அவர் இளைஞராக இருப்பது, இன்றும் நகைச்சுவையாக எழுத இடமளிக்கும் என்று தோன்றியவுடன் கடகடவென எழுதி முடித்துள்ளனர்.

படத்தில் இவ்வளவு சர்ச்சைகள் இருப்பினும், கண்டிப்பாகப் பார்க்க வேண்டிய படம்தான் இது. அதிபர் கிம் ஜாங் உன்னாக நடித்திருக்கும் ராண்டல் பார்க்கின் நடிப்பு அபாரமானது. அதற்கு இணையானது டேவ் ஸ்கைலார்க்காக நடித்திருக்கும் ஜேம்ஸ் பிரான்கோவின் நடிப்பு.

'இந்தப் படத்தை வடகொரியர்கள் அனைவரும் பார்க்க வேண்டும் என்பதுதான் என் ஆசை. அவர்கள் இந்தப் படத்தைப் பற்றி என்ன நினைக்கிறார்கள் என்பது முக்கியமானது' என்றார் இயக்குநர் சேத் ரோகன்.

ஆனால் வடகொரியத் தரப்போ, 'அதிபரைக் கொல்வது போன்று எடுக்கப்பட்டுள்ள இந்தப் படம் வடகொரியாவுக்கு அமெரிக்கா செய்த அச்சுறுத்தல், திரைப்படம் மூலம் செய்யும் தீவிரவாதம்' என்றது.

படத்தில் பலகாட்சிகள் அமெரிக்கா வடகொரியா இடையே இருக்கும் பகைமை உணர்வைக் காட்டும். குறிப்பாக ஒருகாட்சியில் சிறுமி ஒருத்தி ஆயிரக்கணக்கான பேர் கூடியிருக்கும் கூட்டத்தில், 'அமெரிக்காவே நீ சாகவேண்டும், எனக்காக நீ சாவாயா? அப்படி நீ செத்தால், என் சின்னஞ்சிறு இதயம் மகிழும்' என்று பாடியதும், அமெரிக்காவை வீழ்த்தவல்ல ராக்கெட் ஒன்று விண்ணில் பாய்ந்து சோதனை செய்யப்படும்.

இப்படம் அமெரிக்காவையும் விமர்சிக்கத்தான் செய்துள்ளது. 'அமெரிக்காவைத் தாக்கவல்ல அணு ஆயுதம் ஒருவனிடம் இருக்கிறதென்றால் உடனே அவனை அப்புறப்படுத்திவிட வேண்டும். இதுதான் அமெரிக்கா ஸ்டைல்' என்று படத்திலே ஒரு வசனம் வரும். இன்னொரு இடத்தில், 'அமெரிக்கா அணு ஆயுதங்களைத் தன்னிடம் குவித்து வைத்துக்கொண்டு, மற்ற நாடுகளை, வைத்துக் கொள்ளாதே, அது உலக அமைதிக்கு ஆபத்து என்று சொல்வது போலி வேஷமில்லையா?' என்ற வசனமும் ஓரிடத்தில் வரும்.

படத்தில் இறுதியாக வரும் நேர்காணல் காட்சி பரபரப்பாக இருக்கும். பேச்சுச் சுதந்திரமற்ற நாட்டில், சர்வாதிகாரியான அதிபரிடம், டேவ் கேட்கும் கேள்விகள் இவை. 'வருடம் 800 மில்லியன் டாலர் ராணுவத்துக்குச் செலவழிக்கும் நீங்கள்,

உணவுக்காக 200 மில்லியன் டாலர் வெளிநாட்டில் கடன் கேட்கிறீர்கள் அது ஏன்? நாட்டில் உள்ள 24 மில்லியன் பேரில் 16 மில்லியன் பேர் போதுமான உணவின்றி இருக்கிறார்கள். இதற்கு என்ன சொல்கிறீர்கள்' என்பார். பதில் சொல்லிப் பழக்கப்படாத அதிபர் டேவ்வைச் சுடத்தான் செய்கிறார்.

'உலகின் நான்காவது பெரிய ராணுவம்' என்ற பெருமை வடகொரியாவுக்கு இருந்தாலும், மூன்றில் இரண்டு பங்கு பேர் பட்டினியில் கிடக்கிறார்கள் என்பது பெரும் சோகம். வீட்டுக்குக் காவலை அதிகரிக்கிறேன் என்று சொல்லி, இருக்கும் பணத்தை யெல்லாம் காவலுக்குச் செலவழித்துவிட்டு, வீட்டிலுள்ளோர் பட்டினி கிடந்தால் அது எவ்வளவு நகைப்புக்குரியதாக இருக்குமோ, அது போன்றதுதான் இதுவும் என்பதுதான் படம் முன் வைக்கும் குற்றச்சாட்டு.

❖

13

அனிமல் ஃபார்ம்
(Animal Farm)

தங்கள் உழைப்பைச் சுரண்டிக்கொண்டு, சரியாக உணவுகூடத் தராத பண்ணை முதலாளி யைத் துரத்திவிட்டு, விலங்குகள் அப்பண்ணை யைக் கைப்பற்றுகின்றன.

புத்திசாலித்தனமான நெப்போலியன் என்னும் பன்றி தலைவராகி விலங்குகளை ஆள்கிறது. ஒரு கட்டத்தில் மனிதர்களைப் போல் அதுவும் சுக போகங்களைப் பெருக்கிக்கொண்டு, மற்ற விலங்கு களை வஞ்சிக்கிறது. அந்தச் சூழ்நிலையில் பிற விலங்குகள் என்ன செய்தது என்பதுதான் 'அனிமல் ஃபார்ம்' என்னும் இப்படம்.

மேனார் பண்ணையின் முதலாளி ஜோன்ஸ். அவன் ஒரு முழுநேரக் குடிகாரன். பண்ணை விலங்குகளைக் கடுமையாக வேலை வாங்கும் அவன் அவற்றிக்குப் போதுமான உணவளிப்ப தில்லை.

ஒருநாள் இரவு ஜோன்ஸ் தூங்கிய பிறகு, ஒரு முதிய பன்றியின் தலைமையில் விலங்குகள்

ரகசியக் கூட்டம் நடத்துகின்றன. அந்த முதிய பன்றி, 'மனிதர்கள் நம்மைச் சுரண்டுகிறார்கள், புரட்சியின்மூலம் நாம் நமக்கான சுதந்திரத்தைப் பெறலாம்' என்று சொல்லிவிட்டு இறந்துவிடுகிறது. கூடியிருந்த அனைத்து விலங்குகளும் 'ஓ'வென்று கதறி அழுகின்றன.

அடுத்த நாள் ஜோன்ஸ் விலங்குகளுக்கு உணவு எதுவும் வைக்கவில்லை. முந்தைய நாள் நடந்த கூட்டத்தினால் உத்வேகம் கொண்டிருந்த விலங்குகள் உணவு இருக்கும் கொட்டிலை உடைத்துக்கொண்டு உள்ளே நுழைகின்றன.

சத்தம் கேட்டு அங்கே வரும் ஜோன்ஸ், சாட்டையை எடுத்து விலங்குகளை அடிக்கிறான். விலங்குகள் அனைத்தும் ஒன்று சேர்ந்து அவனைத் தாக்குகின்றன. ஜோன்ஸ் தப்பித்து ஓடுகிறான். சிறிது நேரத்தில் நிறைய ஆட்களுடன் திரும்பவருகிறான். அவர் களையும் விலங்குகள் துரத்துகின்றன. சில நிமிடங்களில் பண்ணை அவர்கள் கைவசமாகிறது. மேனார் பண்ணை இப்பொழுது விலங்குப் பண்ணை என்றழைக்கப்படுகிறது.

விலங்குப் பண்ணையின் தலைமைப் பொறுப்பை நெப் போலியனும் ஸ்நோபாலும் எடுத்துக்கொள்கின்றனர். அவர்கள் விலங்குகள் பின்பற்ற வேண்டிய ஏழு விதிகளை உருவாக்குகின்ற னர். அதை அங்கிருக்கும் பலகை ஒன்றில் எழுதி வைக்கின்றனர். அதன் முக்கிய அம்சம், 'எல்லா விலங்குகளும் சமமானவை.'

இப்பொழுது விலங்குகள் அனைத்தும் ஒன்றுகூடிக் கடுமை யாக உழைக்கின்றன. பன்றிகள் மேற்பார்வையாளர்களாக இருக் கின்றன.

தலைமைப் பதவிக்கு நெப்போலியன், ஸ்நோபால் இடையே அவ்வப்பொழுது மோதல் நடக்கிறது. ஒரு சமயம் பண்ணையில் காற்றாலை நிறுவும் திட்டத்தை ஸ்நோபால் முன்மொழிகிறது. அது வீண் என்று மறுக்கும் நெப்போலியன், இதுதான் சமய மென்று தான் வளர்த்துவரும் நாய்களை ஸ்நோபால் மீது ஏவிவிடு கிறது. ஸ்நோபால் பயந்துபோய் பண்ணையைவிட்டு ஓடிப் போகிறது. நெப்போலியன் இப்பொழுது தலைவராகிறது. 'இனி மேல் வாரந்தோறும் நடக்கும் ஆலோசனை என்னும் வெட்டிக் கூட்டங்கள் தேவையில்லை. அனைத்து முடிவுகளையும் நானே எடுப்பேன்' என்று அறிவிக்கிறது.

சிறிது நாள்கள் கழித்து நெப்போலியன் 'காற்றாலை அமைக்க லாம்' என்கிறது. 'ஸ்நோபால் அன்று சொன்னபோது எதிர்த்தாரே'

என்று பிற விலங்குள் கேட்க, நெப்போலியனின் விசுவாசியான ஸ்க்வீலர், 'உண்மையில் காற்றாலைத் திட்டம் நெப்போலியனுடையது, ஸ்னோபால் திருடி வெளியிட நினைத்தது; நல்ல வேளையாக நெப்போலியன் அதைத் தடுத்துவிட்டார்' என்கிறது.

பண்ணையில் காற்றாலை அமைக்கும் பணி தொடங்குகிறது. பன்றிகள் தவிர பிற விலங்குகள் அனைத்தும் கடுமையாக உழைக்கின்றன.

இதற்கிடையில் விம்பர் என்பவர் பண்ணையிலுள்ள கோழி முட்டைகளைப் பெற்றுக்கொண்டு, அதற்குப் பதிலாக ஜெல்லிகளையும் ஜாமையும் கொடுப்பார். மற்ற மிருகங்கள் அரைகுறை உணவுடன் இருக்கும்போது, நெப்போலியன் மற்றும் பிற பன்றிகள் ஜாமையும் ஜெல்லியையும் தின்று கொழுத்துக் கொண்டிருந்தன.

ஒருமுறை விம்பர் ஹோட்டலில் வைத்துப் பெரும் பணத்தை எண்ணிக்கொண்டிருப்பதைப் பிறர் பார்த்துவிடுகின்றனர். முட்டை விற்றவனுக்கே இவ்வளவு பணம் என்றால், பண்ணையில் எவ்வளவு இருக்கும் என்ற எண்ணம் அவர்களுக்கு எழுகிறது. உடனே ஆயுதங்களுடன் விலங்குப் பண்ணையைக் கைப்பற்றப் போகின்றனர்.

ஆனால், விலங்குகள் பெரும் தீரத்துடன் சண்டையிட்டு மனிதர்களை விரட்டியடிக்கின்றன.

வருடங்கள் கடக்கின்றன.

பன்றிகள் இப்பொழுது முற்றிலும் மாறிவிடுகின்றன. மனிதர்களைப் போல் உடை அணிந்துகொண்டு, இரண்டு கால்களில் நடக்கத் தொடங்குகின்றன. நெப்போலியன் இப்பொழுது 'சுப்ரீம் லீடர்' என்றழைக்கப்படுகிறது. எங்கு பார்த்தாலும் அதன் உருவப் படங்கள். விலங்குப் பண்ணை இப்பொழுது அபரிமிதமான வளர்ச்சியை அடைந்துவிட்டது. ஆனால், நாளெல்லாம் உழைக்கும் பிற விலங்குகள் எந்தவித முன்னேற்றமும் இல்லாமல் அப்படியேதான் இருக்கின்றன.

விலங்குகள் பின்பற்ற வேண்டிய அனைத்து விதிகளும் இப்பொழுது அழிக்கப்பட்டு, 'எல்லா விலங்குகளும் சரிசமமானவை. ஆனால், சில விலங்குகள் வேறு சில விலங்குகளைவிட அதிக சரிசமமானவை' என்ற ஒரே ஒரு விதி மட்டும் எழுதப்பட்டு விடுகிறது.

'பன்றிகள் அடிப்படை விஷயத்தையே மாற்றிவிட்டார்களே' எனப் பிற விலங்குகள் பொருமுகின்றன.

இந்நிலையில் ஒருநாள் நெப்போலியன் அக்கம்பக்கத்திலுள்ள பண்ணைகளை நடத்தும் பிற பன்றிகளை, விலங்குப் பண்ணைக்கு அழைத்து விருந்து கொடுக்கிறது. அனைவரும் குடிக்கின்றனர். அதை ஒளிந்திருந்து பார்க்கும் பெஞ்சமின் என்னும் கழுதை, மனம் வெதும்புகிறது. நெப்போலியனின் முகம் முன்னாள் முதலாளியான ஜோன்ஸ் முகம் போலவும் தெரிகிறது. சுரண்டுவதில் இருவரும் ஒன்றுதான் என்ற எண்ணம் அதன் மனதில் எழுகிறது. அடுத்த கணமே, பிற விலங்குகளிடம் இந்தச் சேதியைக் கொண்டு போகிறது. ஏற்கனவே தாங்கள் வஞ்சிக்கப்பட்டுக்கொண்டிருக்கிறோம் என்ற எண்ணத்தில் இருக்கும் பிற விலங்குகள் இதைக் கேட்டு ஆத்திரமடைந்து நெப்போலியனையும் மற்ற பன்றிகளையும் தாக்கத் தொடங்குகின்றன. பன்றிகளைத் துரத்தியடித்து பண்ணையைக் கைப்பற்றுவதோடு படம் நிறைவடைகிறது.

அனிமல் ஃபார்ம் என்னும் இந்த பிரிட்டிஷ் திரைப்படம் 1954இல் வெளியானது. பிரிட்டிஷ் சினிமாவின் முதல் முழுநீள அனிமேஷன் திரைப்படம் இதுதான்.

கம்யூனிச எதிர்ப் பிரச்சாரம் என்றழைக்கப்படும் இப் படத்தைத் தயாரிக்க அமெரிக்காவின் சி.ஐ.ஏ. பெரும் பணத்தைக் கொடுத்துள்ளது. அத்துடன் இந்தப் பட உருவாக்கத்திலும் பெரும் ஈடுபாட்டுடன் செயல்பட்டது.

இப்படம் ஜார்ஜ் ஆர்வெல் எழுதிய ‘அனிமல் ஃபார்ம்’ என்னும் நாவலை அடிப்படையாகக்கொண்டது. ரஷ்யாவின் முன்னாள் அதிபரான ஜோசப் ஸ்டாலினின் சர்வாதிகாரப் போக்கை விமர்சிக்கும் இந்த நாவல், முதலாளிகளிடமிருந்து தொழிலாளர்களைக் காப்பாற்றுகிறோம் என்று சொல்லித் தலைவரானவர்கள் அந்த முதலாளிகளைவிடப் பெரும் முதலாளிகள் ஆகி தொழிலாளர்களை வஞ்சித்துவிட்டார்கள் என்றும் சொல்கிறது.

நாவலில், விலங்குப் பண்ணை என்பது ரஷ்யாவாகவும், புரட்சி செய்யவேண்டும் என்று சொல்லும் வயதான தளபதி பன்றி லெனினாகவும், நெப்போலியன் என்னும் பன்றி ஸ்டாலினாகவும், அவரிடம் அதிகாரத்திற்கு சண்டையிட்டுத் தோற்கும் ஸ்நோபால் என்ற பன்றி ட்ராஸ்கியாகவும் சித்தரிக்கப்பட்டுள்ளனர். நாவல் வெளியான சமயத்தில் ஜார்ஜ் ஆர்வெலுக்குப் பல கொலைமிரட்டல்கள் வந்தன.

இந்தப் படத்தின் இயக்குநர்கள் ஜான் ஹலாஸ் மற்றும் ஜாய் பேச்சிலர் மிகத் திறம்பட இப்படத்தை உருவாக்கியிருப்பார்கள்.

படத்தின் மிக முக்கியமான அம்சமே, தீவிரமான விஷயங்கள் நகைச்சுவையாகச் சொல்லப்பட்டிருப்பதுதான்.

நெப்போலியனும் ஸ்நோபாலும் சேர்ந்து விலங்குகள் பின் பற்றவேண்டிய ஏழு விதிகளை எல்லாரும் பார்க்கும்படியான பலகையில் எழுதிவைத்தன. அதில் ஒரு விதி 'விலங்குகள் மனிதர் களைப்போல படுக்கையில் படுக்கக்கூடாது.' ஆனால், நெப்போலி யன் தலைவரான பின்பு படுக்கையில்தான் படுக்கும். இதை மற்ற விலங்குகள் பார்த்துவிட்டு, விதிகள் அடங்கிய பலகையைப் போய்ப் பார்க்கும். 'விலங்குகள் படுக்கை விரிப்புகளை விரித்துப் படுக்கையில் படுக்கக்கூடாது' என்று திருத்தப்பட்டிருக்கும்.

இதே போன்று இன்னொரு விதி, 'ஒரு விலங்கு மற்ற விலங்கு களைக் கொல்லக்கூடாது.' நெப்போலியன் தனக்குக் கட்டுப்படாத விலங்குகளைத் துரோகிகள் என்று குற்றஞ்சாட்டிக் கொல்லும். மறுநாள் விதிகள் பட்டியலில், 'விலங்குகள் காரணமின்றி எந்த ஒரு விலங்கையும் கொல்லக்கூடாது' என்று மாறியிருக்கும்.

அது போன்றுதான் 'விலங்குகள் குடிக்கக்கூடாது' என்ற விதி. நெப்போலியன் குடிக்கத் தொடங்கியதும், 'விலங்குகள் அளவுக்கு மீறிக் குடிக்கக்கூடாது' என்று மாறிவிடும்.

இதே மாதிரி 'நாலு கால் நல்லது, இரண்டு கால் கெட்டது' என்ற வாசகம், பன்றிகள் மனிதர்கள்போல் உடையணிந்து இரண்டு காலில் நடக்கத் தொடங்கும்போது 'நாலுகால் நல்லது; இரண்டு கால் ரொம்ப நல்லது' என்று மாறிவிடும்.

கடைசியில் 'அனைத்து விலங்குகளும் சமம்' என்ற விதிகூட மாற்றப்பட்டுவிடுகிறது.

படத்தில் முக்கியமான காட்சி இது. பாக்சர் என்னும் குதிரை கடும் உழைப்பாளி, அத்துடன் நெப்போலியனின் விசுவாசி; ஒருநாள் பாக்சர் வேலை செய்துகொண்டிருக்கும்போது காலில் பெரிய கல் விழுந்து கால் உடைந்துவிடுகிறது. வயதான பாக்சர் இனித் தேவையில்லை என நினைத்து நெப்போலியன் அதை மருத்துவமனைக்கு அனுப்பாமல், விலங்குகளைக் கொன்று பசை தயாரிக்கும் தொழிற்சாலைக்கு விற்றுவிடும். பாக்ஸரைக் கொல் வதற்காக வண்டியில் ஏற்றிக்கொண்டு போகும்போது, பெஞ்ச மின் என்னும் கழுதை, ஓலமிட்டபடி வண்டியைத் துரத்திக் கொண்டு ஓடும். அக்காட்சி நம்மைக் கண் கலங்க வைக்கும். நாம் ஒரு அனிமேஷன் படம் பார்த்துக்கொண்டிருக்கிறோம், அத்துடன் அவை விலங்குகள் என்ற எண்ணம் மறைந்து நம்மில்

ஒரு ஜீவன் அது என்ற எண்ணம் அப்பொழுது ஏற்படுவதைத் தவிர்க்க இயலாது.

படத்தின் இறுதியில் மற்ற விலங்குகள் அனைத்தும் ஒன்று சேர்ந்து பன்றிகளைத் துரத்தியடிக்கும்போது நமக்குள் ஏற்படும் நிம்மதி படத்தோடு நாம் எவ்வளவு ஒன்றிப்போயிருக்கிறோம் என்பதைக் காட்டும்.

இந்தப் படத்தைக் கம்யூனிசத்திற்கு எதிரான படம் என்று மட்டும் எடுத்துக்கொள்ளாமல் வேறு ஒரு பார்வையிலும் பார்க்கும் வகையிலும் படம் அமைந்துள்ளது. அதிகாரப் பசி மிகுந்த எந்த மனிதனும் ஒரு கட்டத்தில் நெப்போலியன் செய்ததைத்தான் செய்வான் என்ற அழியாத உண்மையை இப்படம் சொல்கிறது. அதனால்தான் காலம் கடந்தும் இப்படம் புதுப்பொலிவுடன் இருக்கிறது.

❖

14

பீப்பிலி லைவ்
(Peepli live)

நத்தா ஒரு ஏழை விவசாயி. வங்கியில் வாங்கிய கடனை அடைக்காததால் நிலம் ஏலத்திற்கு வருகிறது. தற்கொலை செய்துகொண்டால் கடன் தள்ளுபடி ஆவதுடன்; இழப்பீட்டுத் தொகையும் தன் குடும்பத்திற்குக் கிடைக்கும் என்று நினைக்கிறார்.

அது இடைத்தேர்தல் சமயம். நத்தா உயிரோடு இருந்தால்தான் ஆளுங்கட்சிக்குச் சாதகம். நத்தா இறந்தால் எதிர்க்கட்சிக்குச் சாதகம். இவர்களுக் கிடையில் நத்தா காலைக்கடன் கழிப்பதிலிருந்து இரவு தூங்கப் போகும்வரை நேரடி ஒளிபரப்பு செய்யும் தொலைக்காட்சி ஊடகங்கள். நத்தாவை வைத்துக்கொண்டு இவர்கள் ஆடும் ஆட்டம்தான் 'பீப்பிலி லைவ்.'

நத்தா என்ற நத்தா தாஸ் மானிக்புரி முக்கியப் பிரதேச (உண்மையில் மத்தியப் பிரதேசம்) மாநிலத்தில் உள்ள பீப்பிலி என்னும் கிராமத்தில்

வசிக்கும் ஏழை விவசாயி. நத்தா, அவர் மனைவி, மூன்று குழந்தைகள்; மனைவியை இழந்த அண்ணன்; வயதான தாய் இதுதான் அவரது குடும்பம்.

நத்தாவும் அவரின் சகோதரரும் தங்கள் நிலத்தை அடமானம் வைத்து, வங்கியில் விவசாயக் கடன் வாங்கியிருப்பார்கள். விவசாயத்திலிருந்து போதுமான வருமானம் இல்லாததால் அவர்களால் கடனைத் திரும்ப அடைக்க முடிவதில்லை. குறிப்பிட்ட காலக் கெடுவுக்குள் கடனைத் திருப்பித் தராவிட்டால், நிலத்தை ஏலத்திற்கு விட்டுவிடுவோம் என்று வங்கி எச்சரிக்கிறது.

நிலத்தை எப்படியாவது காப்பாற்ற வேண்டுமென்று உள்ளூர் கட்சிக்காரரர் பாய் தாக்கூரைப் போய்ப் பார்க்கின்றனர். அப்போது அத்தொகுதியில் இடைத்தேர்தல் நடக்கவிருப்பதால், 'தேர்தல் வேலை செய்கிறேன், நிலத்தைக் காப்பாற்ற உதவுங்கள்' என்கின்றனர். அதற்கு பாய் தாக்கூர் கிண்டலாக, 'பேசாமல் தற்கொலை செய்துகொள், 1 லட்ச ரூபாய் இழப்பீட்டுத் தொகை கிடைக்கும்' என்கிறார்.

நிலத்தைக் காப்பாற்ற வேறு வழியில்லாததால் நத்தா தற்கொலை செய்துகொள்ள முடிவெடுக்கிறார். ஒருமுறை இதுபற்றி நத்தாவும், சகோதரரும் டீக்கடையில் நின்று பேசிக்கொண்டிருக்கும்பொழுது உள்ளூர் ரிப்போர்ட்டர் ராகேஷ் அதைக் கேட்டுவிட்டு, அதைச் செய்தியாகப் பத்திரிகையில் வெளியிடுகிறார்.

அந்தச் செய்தியை அறிந்த ஐ.டி.வி.என். தொலைக்காட்சி நிருபர் நந்திதா, ராகேஷிற்குப் போன் செய்து, நத்தாவைப் பேட்டி எடுக்க உதவுமாறு சொல்கிறார். நத்தா தற்கொலை செய்துகொள்ளப்போகும் செய்தி தொலைக்காட்சியில் வெளியானதும் பரபரப்பானதாகிவிடுகிறது. உடனே அனைத்து ஊடகங்களும் பீப்பிலியில் வந்து குவிகின்றன.

ஆள் ஆளுக்குப் போட்டிபோட்டுக்கொண்டு நத்தா தற்கொலை செய்துகொள்ளப் போகும் செய்தியை வெளியிடுகிறார்கள். இது ஆளுங்கட்சிக்குப் பெரும் நெருக்கடியாக மாறிவிடுகிறது. நத்தாவின் தற்கொலையை எப்படியாவது தடுத்துவிட வேண்டும், அது தேர்தல் முடிவை பாதிக்கும் என்கிறார் முதலமைச்சர்.

இதற்கிடையில் பிற்படுத்தப்பட்டோர் கட்சியின் தலைவர் பப்புலால், நத்தாவின் வீட்டிற்கு வந்து, 'உன் துணிச்சலைப் பாராட்டுகிறேன்' என்று சொல்லி, ஒரு தொலைக்காட்சிப் பெட்டியை அன்பளிப்பாக வழங்குகிறார். 'நத்தாவின் மரணம்

பிற்படுத்தப்பட்ட மக்களுக்காக அவர் செய்யும் தியாகம், நத்தா கண்டிப்பாக தற்கொலை செய்துகொள்வார்' என்று பேட்டி கொடுக்கிறார்.

பப்புலால், நத்தாவின் விஷயத்தை ஜாதி ரீதியானதாக மாற்றி விட, ஆளுங்கட்சிக்கு இன்னும் நெருக்கடி ஏற்படுகிறது. முதலமைச்சர் நிறைய போலிசாரை அனுப்பி, நத்தாவை யாரும் நெருங்கவிடாமல் செய்யுங்கள் என்கிறார்.

பீப்பிலி கிராமம் இப்பொழுது திருவிழாக்கோலம் பூண்டுவிடு கிறது. நத்தாவின் வீட்டைச் சுற்றி நிறைய கடைகள் முளைக் கின்றன. தொலைக்காட்சி ஊடகங்கள் அங்கேயே தங்கி அவ்வப் போது அங்கு நடப்பதை ஒளிபரப்பு செய்துகொண்டிருக்கின்றன.

ஒரு கட்டத்தில் நத்தாவின் விஷயம் தீவிரமடைய, முதலமைச்சர், பப்புலாலிடம் பேசிச் சரிக்கட்டுகிறார். அவர் முன்னிலையிலேயே 'நத்தாவிற்கு அரசாங்கம் ஒரு லட்சம் ரூபாய் பணம் கொடுக்கும்' என்றவர், 'நத்தா தற்கொலை செய்துகொள்ள மாட்டார்' என்று கூறி பிரச்சினையை முடிக்கிறார். நத்தாவும் மகிழ்ச்சியடைகிறார்.

ஆனால், முதலமைச்சரின் அரசியல் எதிரியும், மத்திய விவ சாயத்துறை அமைச்சருமான சலீம், தேர்தல் நடத்தைவிதியின்படி ஒரு தனிநபருக்கு அரசு எப்படி சிறப்புச் சலுகை செய்யலாம் எனக் கேள்வி எழுப்புகிறார்.

தேர்தல் ஆணையம் தலையிட்டு, நத்தாவிற்கு அரசு பணம் தரக்கூடாது என்று கூறிவிடுகிறது.

இதற்கிடையில் பப்புலாலுடன், முதலமைச்சர் உடன்படிக்கை செய்துகொண்டது, உள்ளூர் கட்சிக்காரரான பாய் தாக்கூருக்கு எரிச்சலை ஏற்படுத்துகிறது. அவர் முதலமைச்சரைப் பழிவாங்கும் நோக்கத்துடன் நத்தாவைக் கடத்திக்கொண்டு போய் ஓரிடத்தில் மறைத்து வைக்கிறார்.

இப்பொழுது, நத்தா காணாமல் போனதை தொலைக்காட்சி ஊடகங்கள் பரபரப்பாக்குகின்றன. முதலமைச்சர் '72 மணி நேரத்தில் கண்டுபிடித்துவிடுவோம்' என்கிறார்.

ஒருநாள் இரவு டீக்கடையில் அமர்ந்திருக்கும் ரிப்போர்ட்டர் ராகேஷ், நத்தா ஒளித்து வைக்கப்பட்டிருப்பதைத் தெரிந்துகொள் கிறார். அவர் வழக்கம்போல நந்திதாவுக்குச் செய்தி சொல்ல, அது எப்படியோ கசிந்து எல்லா தொலைக்காட்சி ஊடகங்களும் அந்த இடத்திற்குப் படையெடுக்கின்றன.

CrystalVision

KHABAR
KHABAR
IBC

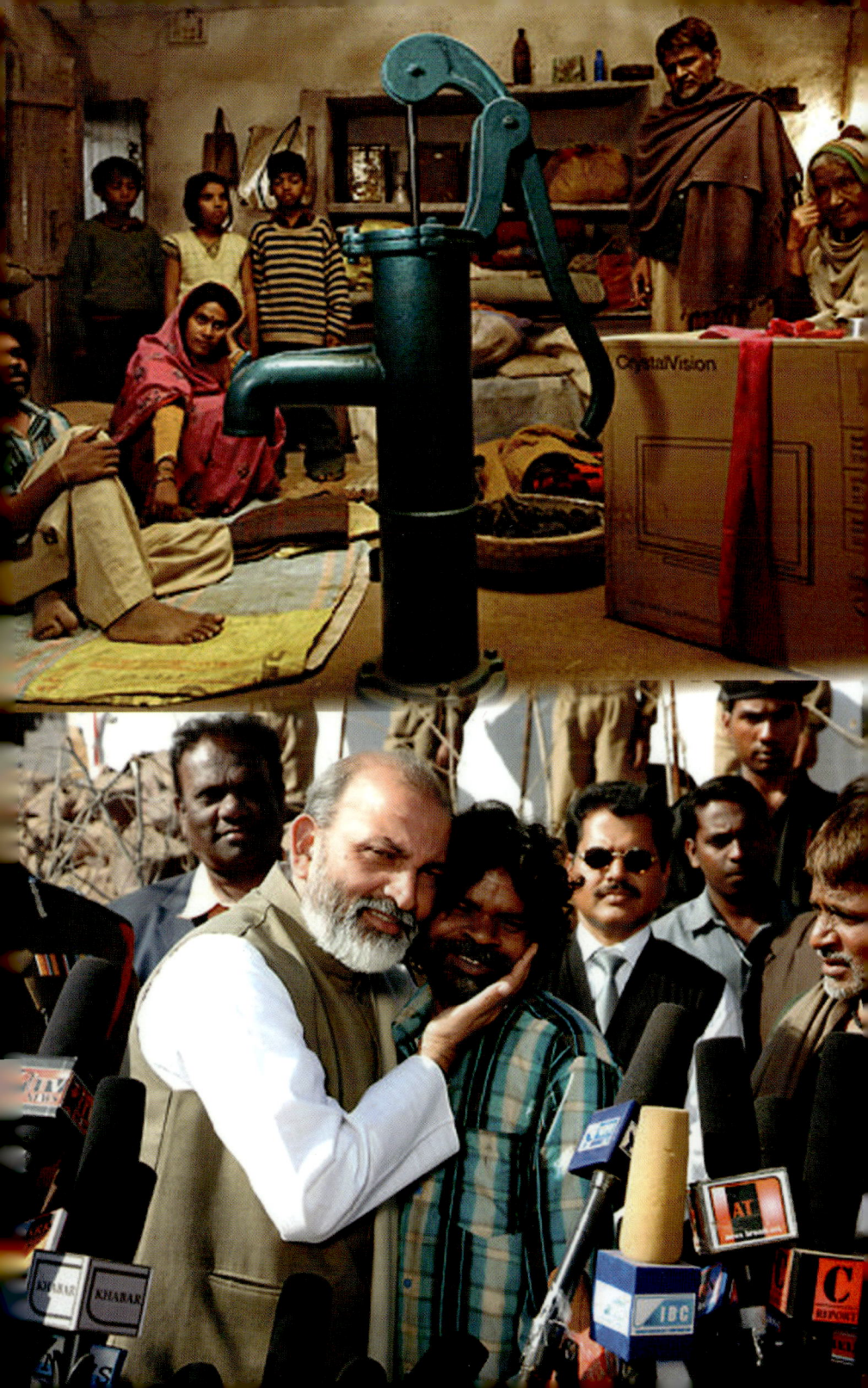

திடீரென அத்தனை தொலைக்காட்சி ஊடகங்களின் வாகனங்களும் அங்கு வந்து குவிந்ததால், கடத்தி வந்தவர்கள் பதற்றமடைகிறார்கள். இந்தச் சந்தர்ப்பத்தைப் பயன்படுத்தி நத்தா அங்கிருந்து தப்பிவிடுகிறார்.

அப்பொழுது அங்கு எதிர்பாராத விதமாக தீ விபத்து ஏற்படுகிறது. குடிசை தீப்பற்றி எரிந்து ரிப்போர்ட்டர் ராகேஷ் இறக்கிறார். ஆனால், நத்தாதான் இறந்துவிட்டார் என அனைவரும் தவறாக முடிவு செய்துவிடுகின்றனர். விஷயம் ஒரு வழியாக முடிவுக்கு வந்துவிட்டதை நினைத்து ஆளுங்கட்சி நிம்மதியடைகிறது.

இதற்கிடையில் 'நத்தாவின் மரணம் தற்கொலை அல்ல விபத்து என்பதால் இழப்பீட்டுத் தொகை வழங்கமுடியாது' என்று அதிகாரிகள் கூறிவிடுகின்றனர்.

ஆனால், நத்தா இப்பொழுது எங்கோ தொலைதூரத்தில் கட்டடத் தொழிலாளியாக வேலை செய்துகொண்டிருக்கிறார். ஆனால் அவரின் மனைவி, கணவனை இழந்துவிட்டதை நினைத்துத் துயரத்தில் இருக்கிறார். வங்கிக் கடனைக் கட்டாததால் அவர்கள் நிலமும் பறிபோய்விடுகிறது. அத்துடன் படம் முடிவடைந்துவிடுகிறது.

இந்தப் படத்தைப் பார்த்து முடியும்போது நத்தாவின் குடும்பத்தை நினைத்து நம் மனதில் துயரம் பொங்கும்.

*2010*இல் வெளிவந்த இந்த ஹிந்தித் திரைப்படம் வெளியான சமயத்தில் பெரும் வரவேற்பைப் பெற்றது. *10* கோடி ரூபாய் செலவில் எடுக்கப்பட்ட இந்தப் படம் *40* கோடி ரூபாய் வசூலித்தது. டர்பன் சர்வதேசத் திரைப்பட விழாவில் சிறந்த அறிமுகப் படம் உள்ளிட்ட பல்வேறு விருதுகளையும் வென்றது.

இப்படத்தின் இயக்குநர் அனுஷா ரிஷ்வி, அவருக்கு இது முதல்படம். முதல் படத்திலேயே விவசாயிகள் தற்கொலை என்ற பற்றியெறியும் பிரச்சினையை எடுத்தது மிகவும் துணிச்சலான விஷயமாகும். இவர் தொலைக்காட்சி ஊடகத்தில் நிருபராகப் பணியாற்றியது, ஊடகங்கள்குறித்த விஷயங்களை வெகு நுட்பமாகப் படமாக்க உதவியிருக்கிறது.

*2004*இல் ஆந்திராவில் *100* விவசாயிகள் தற்கொலை செய்துகொண்டபோது, அப்போதைய பிரதமர் மன்மோகன் சிங், அதைப் போய்ப் பார்த்து, இழப்பீட்டை அறிவித்தார். 'அந்நிகழ்ச்சியைப் பார்த்தபோதுதான் இப்படியொரு படம் பண்ணலாம் என்ற யோசனை எனக்கு எழுந்தது' என்கிறார் இயக்குநர்.

படத்தில் நத்தாவின் தற்கொலையை வைத்துக்கொண்டு அரசியல் கட்சிகளும் ஊடகங்களும் அடிக்கும் கூத்து வேதனைக் குரியது.

நத்தாவைப் பற்றியோ அவர் உயிரை மாய்த்துக்கொள்ளப் போவதைப் பற்றியோ யாருக்கும் அக்கறை இல்லை. அதை வைத்து எப்படி அரசியல் ஆதாயம் தேடலாம் என்று ஒரு கட்சி; தேர்தல் முடியும்வரை நத்தாவைச் சாகாமல் காப்பாற்ற வேண்டுமே என்று ஆளுங்கட்சி. இந்தச் செய்தியைப் பரபரப் பாக்கி ரேட்டிங்கை அதிகரிக்க வேண்டுமென்று தொலைக்காட்சி ஊடகங்கள். உண்மையில் நத்தாவின் நிலை பரிதாபமானது.

படத்தில் வரும் துயரமான காட்சி இது. நத்தா தொலைந்து போன சமயத்தில் மத்திய அரசு நத்தாவின் நினைவாக நத்தா கார்டு திட்டத்தை அறிவிக்கும். வறுமைக் கோட்டுக்குக் கீழ் உள்ளவர்கள், தற்கொலை செய்துகொள்ளும் எண்ணம் கொண்ட வர்கள் அத்திட்டத்தில் தங்களைப் பதிவு செய்துகொள்ளலாம்.

ஆனால், நத்தா இறந்துவிட்டதாகக் கருதப்பட்ட பின்னர் கூட, நத்தா கார்டு நத்தா குடும்பத்திற்குக் கிடைப்பதில்லை.

நத்தாவாக நடித்த ஓம்கார் தாஸின் நடிப்பு அபாரமானது. அதுபோல நத்தாவின் மனைவியாக நடித்த ஷாலினி, சகோதரர் ரகுபீர் யாதவ் என அனைவருமே சிறப்பாக நடித்திருப்பார்கள். படம் மிக வலுவாக எடுக்கப்பட்டிருந்தாலும், படம் இந்த அளவுக்குச் சென்று சேர்ந்ததற்கு முக்கியக் காரணம் படத்தைத் தயாரித்த நடிகர் அமீர்கான்தான்.

படத்தில் ஒரு காட்சியில், மத்திய விவசாயத்துறை அமைச்ச ரிடம் பேட்டி எடுப்பவர், 'நாட்டில் எட்டு மணி நேரத்திற்கு ஒரு முறை ஒரு விவசாயி தற்கொலை செய்துகொள்கிறார். லட்சக் கணக்கான விவசாயிகள் கடந்த பத்திருபது ஆண்டுகளில் தற்கொலை செய்துகொண்டுள்ளனர். அது பற்றி என்ன சொல் கிறீர்கள்' என்று கேட்பார். அதற்கு அமைச்சர், 'விவசாயிகள் மரணம், தற்கொலை அல்ல, இயற்கையானது. விவசாயிகளுக்கு வயதாவதை அரசாங்கத்தால் தடுக்கமுடியாது அல்லவா' என்றவர், 'விவசாயத்தை மறந்துவிட்டு, தொழில்மயமாக்குவதுதான் விவசாயி களின் தற்கொலையைத் தடுப்பதற்கான வழி' என்பார்.

இதைவிடக் கொடுமையாக சமீபத்தில் மத்திய விவசாயத் துறை அமைச்சர், 'விவசாயிகளின் தற்கொலைகளுக்கு 'காதல் தோல்வி, ஆண்மைக்குறைவு, வரதட்சணைதான்' முக்கியமான

காரணம்' என்று எழுத்துப்பூர்வ பதிலாகவே நாடாளுமன்றத்தில் அளித்திருக்கிறார்.

இந்த வார்த்தைகள், விவசாயிகளைக் கொச்சைப்படுத்துவ தோடு, விவசாயிகளுக்கு விடிவுகாலம் சமீபத்தில் இல்லையோ என்ற அச்சத்தையும் கவலையையும் ஏற்படுத்துகிறது.

படத்தைவிட இன்னும் கூடுதலாக நிஜத்தில் நடப்பது என்பது மிகவும் வேதனைக்குரியது.

❖

15

வாக் தி டாக்
(WAG THE DOG)

ஒரு அமெரிக்க அதிபர், தான் செய்த தவறை மக்கள் பார்வையிலிருந்து மறைக்க, பொய்யான காரணம் ஒன்றைச் சொல்லி ஒரு நாட்டின் மீது போர் தொடுக்கிறார். மக்களும், அதிபரின் தவறை மறந்து போரைப் பற்றிப் பேசத் தொடங்கு கிறார்கள்.

மக்களின் நாட்டுப்பற்று கொதிநிலையில் இருக்கும்போதே தேர்தலிலும் வெற்றி பெற்று விடுகிறார். இதுதான் 'வாக் தி டாக்' திரைப்படம்.

பொதுத் தேர்தலுக்கு இருவாரங்களுக்கு முன்பு, அமெரிக்க அதிபர் செக்ஸ் புகார் ஒன்றில் மாட்டிக்கொள்கிறார். தொலைக்காட்சிகளும் பத்திரிகைகளும் அந்தச் செய்திகளை வெளியிட்டு பரபரப்பாக்கின்றன. எளிதாக வெற்றிபெற்று விடலாம் என்ற நிலையில் இருந்த அதிபருக்கு இது பின்னடைவை ஏற்படுத்துகிறது.

இந்தப் பிரச்சினையிலிருந்து அதிபரைக் காப்பாற்ற கன்ராட் பிரீன் என்னும் ஊடக நிபுணர்

வரவழைக்கப்படுகிறார். அவர், நீண்ட யோசனைக்குப் பின், ஏதாவது ஒரு நாட்டின் மீது போர் தொடுப்பதுதான், விஷயத்தைத் திசை திருப்ப ஒரே வழி என்கிறார். அந்த நாடு அல்பேனியா என்றும் தீர்மானிக்கிறார்.

அவர் உடனடியாகக் கிளம்பி ஹாலிவுட் தயாரிப்பாளர் மாட்ஸைப் போய்ப் பார்க்கிறார். அவரிடம் போர் நடப்பது போன்ற தோற்றத்தை ஏற்படுத்த வேண்டுமென்கிறார். முதலில் மறுக்கும் மாட்ஸ், பிறகு சரியென்கிறார். உடனே மாட்ஸ் இசை யமைப்பாளர் ஒருவரை வரவழைத்து தீம் சாங் ஒன்றை உருவாக்குகிறார்.

இதற்கிடையில் பிரீன் அடுத்த அரைமணி நேரத்தில் அல்பேனியா மீது போர் தொடுக்கும் அறிவிப்பை வெளியிடுமாறு அதிபரிடம் சொல்கிறார்.

மாட்ஸ் குழுவினர் இப்பொழுது, அல்பேனியா நாட்டைச் சேர்ந்த ஒரு இளம் பெண் தீவிரவாதிகளின் தாக்குதலிலிருந்து தப்பித்து அலறிக்கொண்டு ஓடுவது போன்ற காட்சியை ஸ்டுடியோவில் படமாக்குகிறார்கள். பின்னணியில் துப்பாக்கிகள் சுடும் சத்தம் கேட்கிறது. உடனே அந்தக் காட்சியை தொலைக்காட்சியில் வெளியிடச் செய்கின்றனர்.

அடுத்த அரை மணி நேரத்தில், "அல்பேனியா, தீவிரவாதி களுக்குப் பயிற்சி கொடுக்கிறது, அத்துடன் அந்த நாட்டில் அணு ஆயுதம் உள்ளது என்பதால், அமெரிக்கா அதன்மீது போர் தொடுக்கும்" என்று அதிபர் அறிவிக்கிறார்.

இப்பொழுது அதிபரின் செக்ஸ் புகார் பிரச்சினை மறைந்து, எங்கும் போர் பற்றிய பேச்சாகிறது.

பிரீன் குழுவினர் ஒரு வழியாகப் பிரச்சினை திசை திருப்பப் பட்டிருப்பதை நினைத்து நிம்மதியடைகின்றனர். ஆனால், அவர் களின் மகிழ்ச்சி நீண்டநேரம் நீடிக்கவில்லை. அமெரிக்காவின் சி.ஐ.ஏ. அவர்களின் திட்டத்தைக் கண்டுபிடித்துவிடுகிறது. பிரீனை விசாரிக்கும் சி.ஐ.ஏ. ஏஜெண்ட் யங், அல்பேனியாவில் எந்தவித அணு ஆயுதங்களும் இல்லை. அதனால் போர் முடிவுக்கு வந்துவிட்டது என்கிறார். பிரீன், சாமர்த்தியமாகப் பேசி, சி.ஐ.ஏ.விடமிருந்து எப்படியோ தப்பித்துவிடுகிறார்.

போர் முடிவுக்கு வந்ததும், ஊடகங்கள் மீண்டும் அதிபரின் செக்ஸ் புகாரைப் பற்றி செய்திகளை வெளியிடத் தொடங்கு கின்றன.

தேர்தலுக்கு இன்னும் ஒரு வாரமே இருக்கும் நிலையில் அடுத்து என்ன செய்வது என்று தெரியாமல் பிரீன் திகைக்கின்றார். ஆனால், தயாரிப்பாளர் மாட்ஸ், இந்தப் போர் நான் தொடங்கியது, அதை இன்னொருவர் எப்படி முடிக்கமுடியும் என்று சொல்லியவர், இந்தக் கதையை இப்படியே விட்டுவிடாமல் தொடரமுடியும் என்கிறார்.

போர் என்றால் கதாநாயகன் ஒருவன் இருப்பான்தானே... எதிரியின் எல்லையில் ஒரு ராணுவவீரன் மாட்டிக் கொண்டிருக்கிறான். தாய் நாட்டிற்காகப் போரிட்ட அவனைக் காப்பாற்ற வேண்டும் என்று ஒரு உரையைத் தயாரித்து அதிபரைப் பேசச் சொல்கிறார்.

அதிபர் அந்த ஸ்மாச்சர் என்னும் ராணுவ வீரனைப் பற்றியும், அவர் உடனே மீட்கப்படுவார் என்றும் பேசுகிறார். அவரின் குடும்பத்திற்கு ஆறுதலும் சொல்கிறார். அதிபரின் பேச்சு மக்களிடையே பெரிய அளவில் தாக்கத்தை ஏற்படுத்துகிறது.

இப்பொழுது மாட்ஸ்; ஸ்மாச்சர் என்னும் அந்தக் கைவிடப்பட்ட ராணுவ வீரனைப் போற்றி, ஒரு பாடல் தயார் செய்கிறார். அது மக்களிடம் வெகுவேகமாகப் போய்ச் சேர்கிறது. ஸ்மாச்சர் உருவப்படம் அச்சிட்ட டி-ஷர்ட்டை மக்கள் அணிந்து செல்கிறார்கள்.

தேர்தலுக்கு இப்பொழுது ஐந்து நாட்களே இருக்கின்றன. அதிபரின் சரிந்த செல்வாக்கு மீண்டும் உயர்கிறது. எங்கு பார்த்தாலும் 'ஸ்மாச்சரை மீட்டு வாருங்கள்' என்ற குரல் மக்களிடையே எழுகிறது.

நாட்கள் செல்கின்றன. தேர்தலுக்கு இன்னும் இரு நாட்களே உள்ளன. பிரீன் – மாட்ஸ் குழுவினர் ஸ்மாச்சரை அழைத்து வரப் போகின்றனர். ராணுவச் சிறைச் சாலையில் இருக்கும் கைதி ஒருவனைக் கொண்டுவந்து, ராணுவ வீரர்கள் அவர்களிடம் ஒப்படைத்துவிட்டுப் போகிறார்கள்.

அவர்கள் வரும் வழியில் ஒரு வீட்டில் தங்கியிருக்கும்போது, ஸ்மாச்சர், அந்த வீட்டு உரிமையாளரின் பெண்ணை வன்புணர்ச்சி செய்ய முயன்றபோது, பெண்ணின் தந்தை அவனைச் சுட்டுக் கொல்கிறார்.

பிரீன் உள்ளிட்டோர் திகைத்துப்போகின்றனர். ஆனால், மனம் தளராத தயாரிப்பாளர் மாட்ஸ், போரில் பட்ட காயங்கள் குணமாகாமல்தான் ஸ்மாச்சர் வீரமரணம் அடைந்துவிட்டார் என்று சொல்லச் சொல்கிறார்.

DUSTIN HOFFMAN ROBERT DE NIRO
WAG
A BARRY LEVINSON FILM
THE
DOG
A comedy about truth, justice and other special effects.

அமெரிக்காவிற்காகப் போரிட்டு மாண்ட வீரன் இவனெனச் சொல்லி சவப்பெட்டி ராணுவமரியாதையுடன் ஏற்றுக்கொள்ளப் பட்டு, அடக்கம் செய்யப்படுகிறது. அதிபரின் செக்ஸ் புகார் என்பது மக்களின் நினைவில் இல்லாமலே போகிறது. அதிபர் மீண்டுமொருமுறை தேர்ந்தெடுக்கப்படுவது உறுதியாகிறது.

இந்த நிலையில் தயாரிப்பாளர் மாட்ஸ்; இவ்வளவு செய்த எனக்கு உரிய பெயர் கிடைக்கவில்லை. நான் இல்லாவிட்டால், நீங்கள் தேர்தலில் தோற்றிருப்பீர்கள், அதனால் நான்தான் இதைச் செய்தேன் என்று வெளியில் தெரியவேண்டுமென்கிறார். அதற்குப் பிரீன், முட்டாள்தனமாக உளறாதீர்கள். இது பெரும் ரகசியம், உங்கள் வாழ்க்கையோடு விளையாடாதீர்கள் என்கிறார். மாட்ஸ் கட்டுப்படாததால் வேறு வழியில்லாத பிரீன், அவரைக் கொல்லச் சொல்லிவிடுகிறார்.

அடுத்தநாள் தயாரிப்பாளர் மாட்ஸ், மாரடைப்பால் காலமானார் என்ற செய்தி வருகிறது.

அதிபர் வெற்றிகரமாக இரண்டாவது முறை அதிபராகிறார். அத்துடன் படம் முடிவடைகிறது.

மனதில் பெரும் அதிர்வையும் சிந்தனையையும் ஏற்படுத்தும் இந்த அமெரிக்கத் திரைப்படம் 1997இல் வெளியானது. ‘அமெரிக் கன் ஹீரோ’ என்னும் நாவலை அடிப்படையாகக்கொண்டு இப்படம் உருவாக்கப்பட்டுள்ளது.

பரபரப்பாகப் படு சுவாரஸ்யமாக இப்படத்தை இயக்கியிருக் கிறார் இயக்குநர் பேரி லெவின்சன்.

படத்தின் முக்கியமான அம்சம் தயாரிப்பாளர் மாட்ஸ் ஆக நடித்த டஸ்டின் ஹாப்மன்; ஊடக நிபுணர் பிரீனாக நடித்த ராபர்ட் நீரோதான். இவர்களின் அசாத்தியமான நடிப்பால் படம் நம் மனதில் நெடுநாட்கள் நிற்கும்படி செய்கிறார்கள்.

இப்படத்தைப் பற்றிப் பல சுவாரஸ்யமான விஷயங்கள் உள்ளன. இந்தப் படத்தின் படப்பிடிப்பு நடந்துகொண்டிருக்கும் போது, அப்போதைய அதிபர் பில் கிளிண்டனை, இயக்குநர் பேரி லெவின்சன், ராபர்ட் டீ நீரோ, டஸ்டின் ஹாப்மன் ஒரு முக்கியமான அலுவல் நிமித்தமாகச் சந்தித்திருக்கிறார்கள்.

அப்போது கிளிண்டன், இப்போது என்ன படம் எடுத்துக் கொண்டு இருக்கிறீர்கள், அதன் கதை என்னவென்று கேட்டிருக் கிறார். பேரி லெவின்சனுக்கு என்ன சொல்வதென்று தெரிய வில்லை, அவர் ராபர்ட்டைப் பார்த்துள்ளார். அவருக்கும் தர்ம

சங்கடம், அவர் ஹாப்மனைப் பார்த்துள்ளார். அவரும் ஒன்றும் சொல்லாமல் சிரித்து மழுப்பிவிட்டாராம்.

படம் வெளியாகி சரியாக ஒரு மாதத்திற்குள் பில் கிளிண்டன் மீதான மோனிகா லெவின்ஸ்கி செக்ஸ் புகார் எல்லாப் பத்திரிகையிலும் தலைப்புச் செய்தியாகிவிட்டது. தொடக்கத்தில் கற்பனையான ஒரு படம் என்று கருதப்பட்ட இந்தப் படம், கிளிண்டன் லெவின்ஸ்கி சம்பவத்திற்குப் பின் முக்கியமான படமாக மாறிவிட்டது.

படத்தில் வருவதைப் போலவே பிரச்சினையைத் திசை திருப்ப கிளிண்டன் பொய்யான காரணம் சொல்லி சூடானில் உள்ள அல்ஷிபா பார்மாசூட்டிக்கல் கம்பெனியின் மீது குண்டு போட்டார். சூடானுடன் நிறுத்தாமல் ஆப்கானிஸ்தான், ஈராக் மீதும் குண்டு போட்டார். அவர் போர்தொடுத்தபோது அவர் மீது மோனிகா தொடர்பாக விசாரணை நடந்துகொண்டிருந்தது. விசாரணை முடிந்ததும் போரையும் நிறுத்திவிட்டார்.

ஒரு வியப்பான விஷயம், வாக் தி டாக் படத்தைப் பார்த்து கிளிண்டன் தூண்டுதல் பெற்றுள்ளார். பிரச்சினையைத் திசை திருப்ப படத்தில் வரும் அதிபர் போர் தொடுப்பதைப் பார்த்துத் தான் அவருக்கும் இதுபோன்ற யோசனை எழுந்ததாகச் சொல்கிறார்கள்.

இந்தப் படம் கிளிண்டனுக்குத் தூண்டுதலாக இருந்தாலும், இந்தப் படமெடுக்க அடிப்படையாக அமைந்த அமெரிக்கன் ஹீரோ என்னும் நாவல், சீனியர் ஜார்ஜ் புஷ் மீண்டும் பதவிக்கு வருவதற்காக நடத்திய வளைகுடாப் போரை மையமாக வைத்துத் தான் எழுதப்பட்டுள்ளது. ஆனால், அத்தேர்தலில் புஷ் தோற்றுப் போனார்.

படத்தில் ஒரு காட்சி வரும். அதில் தயாரிப்பாளர் மாட்ஸ் ஒரு போலியான போரை உருவாக்குவது பற்றி மிகவும் தயங்குவார். மக்கள் கண்டுபிடித்துவிடுவார்களே என்பார். அதற்கு பிரீன், ஜார்ஜ் புஷ் நடத்திய வளைகுடாப் போரைப் பற்றி மக்கள் என்ன கண்டுபிடித்தார்கள் என்று சர்வ சாதாரணமாகச் சொல்வார்.

பிரீனின் இந்தப் பதில் அமெரிக்கா போர்தொடுப்பதன் பின்னால் உள்ள நோக்கத்தைப் பற்றிப் பார்வையாளர்களைச் சிந்திக்க வைக்கிறது.

பொதுவாக ‘கண்ணை நம்பாதே’ என்பார்கள். ‘தேர்தல் காலங்களில் எதையும் நம்பாதே’ என்பதுதான் படம் சொல்லும் செய்தி.

❖

16

போபால்: பிரேயர் ஃபார் ரெயின்
(Bhopal: Prayer For Rain)

உலகில் நடந்த தொழிற்சாலை விபத்துகளில் மிகக் கொடூரமானது போபால் விஷ வாயுக் கசிவு விபத்து. இந்தியர் யாராலும் என்றும் மறக்க முடியாத விபத்து இது. 1984 டிசம்பர் 2 – 3 இல் நடந்த அந்தக் கோர விஷ வாயுக் கசிவால் ஆயிரக் கணக்கானவர்கள் இறந்தார்கள். இலட்சக்கணக் கானவர்கள் பாதிக்கப்பட்டார்கள்.

துன்பம் தோய்ந்த அந்தக் கோர விபத்துடன் கொஞ்சம் புனைவு கலந்து எடுக்கப்பட்ட படம் தான் போபால்: பிரேயர் ஃபார் ரெயின்.

திலீப் ஒரு சைக்கிள் ரிக்ஷா ஓட்டுபவர். ஒருநாள் சவாரி போய்க்கொண்டிருக்கும்போது, ரிக்ஷா உடைந்துவிடுகிறது. ஏற்கனவே வறுமையில் இருக்கும் அவரது குடும்பம்; இன்னும் வறுமைக் குள்ளாகிறது. அவர் குடியிருக்கும் குப்பத்திற்கு அருகேதான் பூச்சிக்கொல்லி மருந்து தயாரிக்கும் யூனியன் கார்பைடு நிறுவனம் உள்ளது. திலீப் முயற்சி செய்ய, அங்கு அவருக்குத் தினக் கூலி வேலை கிடைக்கிறது.

அந்த வருடம் பருவமழை தவறிப் போனதால் பூச்சிக்கொல்லி மருந்துகளின் விற்பனை குறைகிறது. கம்பெனிக்கான வருவாயும் குறைகிறது. அதனால், நிர்வாகிகள் பராமரிப்பு மற்றும் பாதுகாப்பு விஷயங்களில் அக்கறை செலுத்தாமல் விடுகிறார்கள்.

ஒருநாள் தொழிற்சாலையில் ஆப்பரேட்டர் ராகேஷ் வேலை செய்துகொண்டிருந்தபோது, கடும் விஷமான எம்.ஐ.சி. என்று சொல்லப்படும் மெத்தில் ஐசோ சயனைடின், ஒரு துளி பைப்பில் இருந்து ஒழுகி அவர் கையில் விழுகிறது. உடனடியாக அவர் மருத்துவமனைக்கு அனுப்பப்பட்டாலும் அவரது உயிரைக் காப்பாற்றமுடியவில்லை.

பாதுகாப்பில் ஏற்பட்ட குறைபாட்டினால்தான் ராகேஷ் இறந்தார் என உள்ளூர் ரிப்போர்ட்டர் மோத்வானி, தன் பத்திரிகையில் எழுதுகிறார். இதைப் படிக்கும் யூனியன் கார்பைடு ஊழியர்கள், 'அவனது கவனக் குறைவுதான் காரணம், கம்பெனிமேல் குற்றமில்லை' என்கிறார்கள்.

இந்நிலையில் திலீப்பிற்குத் துப்புரவு செய்யும் வேலையிலிருந்து, ராகேஷ் முன்பு செய்த ஆப்ரேட்டர் வேலை கிடைக்கிறது. பாதுகாப்பு அதிகாரி ராய், 'திலீப்பிற்கு ஒன்றும் தெரியாதே' என்கிறார். ஆனால், வொர்க்ஸ் மானேஜர், 'இவன் போதும் பார்த்துக்கொள்வான்' என்கிறார்.

பதவி உயர்வும் சம்பள உயர்வும் கிடைத்ததில் திலீப் பெரு மகிழ்ச்சியடைகிறான். இந்தச் சமயத்தில் அவன் தங்கையின் திருமணமும் நிச்சயமாகிறது.

ஒருநாள் கரண்ட் பில் அதிகமாகின்றது என்று அத்தியாவசியமான குளிர்சாதன வசதியைக்கூட வொர்க்ஸ் மானேஜர் நிறுத்துகிறார். இதை ராய் கடுமையாக எதிர்க்கிறார். 'எம்.ஐ.சி. ஜீரோ டிகிரிக்குக் கீழ் இருக்க வேண்டுமல்லவா' என்கிறார். அதற்கு மானேஜர் 'ஒன்றும் ஆகாது, வேலையைப் பாருங்கள்' என்கிறார்.

இந்நிலையில் யூனியன் கார்பைடு நிறுவனத்தின் சேர்மன் வாரன் ஆன்டர்சன் அமெரிக்காவிலிருந்து போபால் வருகிறார். ஏற்கனவே எம்.ஐ.சி. சேகரித்து வைக்கப்பட்டிருக்கும் மூன்று டேங்க் ரிப்பேரைப் பற்றிக் கண்டுகொள்ளாமல், இன்னும் கூடுதலாக இரண்டு டேங்குகளை அமைக்கச் சொல்கிறார். ஊழியர்கள் குறைவாக இருப்பதைப் பற்றி அக்கறைப்படாமல் கடுமையாக உழைத்து உற்பத்தியையும் அதிகரிக்கச் சொல்கிறார்.

ரிப்போர்ட்டர் மோத்வானி, யூனியன் கார்பைடு நிறுவனத்தின் அபாயத்தைப் பற்றித் தொடர்ந்து தன் பத்திரிகையில் எழுதுகிறார். ஒரு துளி எம்.ஐ.சி. உயிரைக் குடிக்குமென்றால், அவர்கள் சேகரித்து வைத்திருக்கும் 40 டன் எம்.ஐ.சி.யினால் என்ன விளைவுகள் ஏற்படும் என்று கேள்வி எழுப்புகிறார்.

மறுநாள் டீக்கடையில் திலீப்பைப் பார்க்கும் மோத்வானி, யூனியன் கார்பைடு நிறுவனத்தில் வேலை பார்ப்பதில் உள்ள அபாயத்தைச் சொல்கிறார். முதலில் அதை நம்பாத திலீப், பாதுகாப்பு அதிகாரி ராயிடம் போய்க் கேட்கிறார். ராய் அபாயமான இடத்தில்தான் நாம் வேலை செய்கிறோம் என்பதை உணர்த்துகிறார்.

பயந்துபோன திலீப் தங்கையின் திருமணம் முடியும்வரை இங்கு வேலை செய்துவிட்டு மறுபடியும் ரிக்ஷா ஓட்டும் வேலைக்கே போய்விடலாம் என்று தீர்மானிக்கிறார்.

விரைவிலேயே திலீப் தங்கையின் திருமண நாளும் வந்து விடுகிறது.

அன்று டெல்லி ரிப்போர்ட் என்னும் பத்திரிகையில் யூனியன் கார்பைடு தொழிற்சாலையிலிருந்து எந்த நிமிடத்திலும் விஷவாயு கசியலாம் என்று செய்தி வெளிவருகிறது. ஏதோ ஞாபகத்தில் காலையில் பத்திரிகையைப் பார்க்காது விட்டுவிட்ட மோத்வானி இரவில்தான் அந்தப் பத்திரிகையைப் பார்க்கிறார். பதறிப்போன அவர் உடனே அந்தப் பத்திரிகை அலுவலகத்திற்குப் போன் செய்கிறார். யாரும் எடுக்கவில்லை.

ஏதோ மனதில் தோன்ற, அவர் உடனே கார்பைடு நிறுவனத்திற்குச் செல்கிறார்.

அங்கு ராய் 'வாயு கசியும் வாடை அடிக்கிறது' என்று எச்சரித்தும் வொர்க்ஸ் மேனேஜர் கண்டுகொள்ளவில்லை. அடுத்த சில நிமிடங்களுக்கு உள்ளேயே பழுதடைந்திருந்த டேங்கில் இருந்து விஷவாயு வெளியேறத் தொடங்கிவிடுகிறது.

தொழிற்சாலைக்குள் இருப்பவர்கள் ராயுடன் இணைந்து விஷவாயு வெளியேறுவதைக் கட்டுப்படுத்தப் போராடுகிறார்கள். ஆனால், அது அவர்களின் கையை மீறிப் போய்விடுகிறது.

இதற்குள் மோத்வானி தொழிற்சாலையை வந்தடைகிறார். விபரீதத்தை நேரில் பார்த்தவர் திகைத்துப் போகிறார். அங்கே இருந்த ராய், மோத்வானியிடம், 'உடனே போய் குப்பத்தில் இருப்பவர்களை அங்கிருந்து போகச் சொல்லுங்கள்' என்கிறார்.

யுகன் ● 103

மோத்வானி திருமண வீட்டருகே வந்து ‘எல்லாரும் ஓடுங்கள். விஷவாயு கசிகிறது’ என்கிறார். அதைக் கேட்ட திலீப், ‘கல்யாண வீட்டில் வந்து கலாட்டா செய்யாதே, போய்த் தொலை’ என்கிறார். மோத்வானி, ‘நான் உண்மையைத்தான் சொல்கிறேன்’ என்றபோதும், திலீப் நம்பவில்லை.

ஆனால், சற்று நேரத்திற்குள்ளேயே விஷவாயு கடுமையாகப் பரவி, மூச்சுத் திணறலுடன் நூற்றுக்கணக்கானவர்கள் ஆஸ் பத்திரியில் குவிகின்றனர். போதிய அளவு மாற்று மருந்து இல்லாத தால், பலர் இறக்கின்றனர்.

அடுத்த சில மணி நேரத்திற்குள் திலீப், மனைவி, தங்கை என அப்பகுதியில் இருந்த ஆயிரக்கணக்கானவர்கள் மடிகின்றனர். உடல் மலையெனக் குவிகிறது. பிழைத்த கொஞ்சப் பேரில் திலீப்பின் பையனும் ஒருவன். ஆனால், அவன் பார்வை இழந்து விடுகிறான்.

பல வருடங்கள் கடக்கின்றன. பார்வையற்ற திலீப்பின் மகன் இப்பொழுது வளர்ந்து பெரியவனாகிறான். அவன் திலீப்பின் யூனியன் கார்பைடு நிறுவனத்தின் பேட்ஜைக் கையில் வைத்த படி உட்கார்ந்துகொண்டிருக்கிறான். அவனைச் சுற்றி தும்பி ஒன்று பறக்கிறது. அத்துடன் படம் முடிகிறது.

பார்ப்பவர்களைக் குலைநடுங்கச் செய்யும் ‘போபால் பிரேயர் பாஃர் ரெயின்’ என்னும் இந்த ஹிந்திப் படம் 2014இல் வெளி யானது.

சஞ்சய் ஹஜாரிக்கா எழுதிய ‘போபால்: லெசன் ஆஃப் எ ட்ராஜடி’ என்னும் நூலைப் படித்தபோதுதான் போபால் விஷ வாயு விபத்தை மையமாக வைத்து படம் எடுக்கலாம் என்ற எண்ணம் இயக்குநர் ரவிக்குமாருக்கு எழுந்துள்ளது.

கடுமையான போராட்டத்திற்குப் பின் இந்தப் படத்தை எடுத்த இயக்குநர் ரவிக்குமாரை எவ்வளவு பாராட்டினாலும் தகும்.

இந்த விபத்து நடந்ததற்கு, பின்வருபவை முக்கியமான காரணங்கள் எனப் படம் சொல்கிறது.

பாதுகாப்பு வழிமுறைகளை முறையாகப் பின்பற்றாமல் அலட்சியம் செய்தது,

குறைவான சம்பளத்திற்கு தொழில்நுட்பத் திறனற்ற ஊழியர்களை நியமித்தது,

பராமரிப்பின்றி மோசமான நிலையில் உபகரணங்களை வைத்திருந்தது,

செலவைக் குறைக்கிறேன் என்று அத்தியாவசியத் தேவை யான குளிர்சாதன வசதியைக்கூட ஆஃப் பண்ணி வைத்தது,

மற்றும் மெத்தில் ஐசோ சயனைடால் பாதிக்கப்பட்டால் அதற்கான மாற்று மருந்து என்னவென்ற விபரம்கூட தொழிற் சாலை நிர்வாகத்தில் இருப்பவர்களுக்குத் தெரியாதது...

படத்தில் வரும் காட்சி இது, யூனியன் கார்பைடு சேர்மன் ஆன்டர்சனை மோத்வானி ஆலோசனையின் பேரில் பேட்டி எடுக்கும் பிரிட்டிஷ் ரிப்போர்ட்டர், 'அமெரிக்காவில் 400 கிராம் டப்பாக்களாக மெத்தில் சயனைடை சேகரிக்கும் நீங்கள், இந்தியா வில் மட்டும் ஏன் பெரிய பெரிய டேங்குகளில் 40 டன் எனச் சேகரிக்கிறீர்கள்' என்று கேட்கிறார். அதற்கு ஆண்டர்சன், 'அமெரிக்க விதிமுறைகள் அந்த அளவுக்குக் கடுமையானவை' என்பார். 'அப்படியானால் உங்கள் நாடு, உங்கள் மக்கள் என்றால் ஒரு மாதிரி, மற்ற நாடுகள் என்றால் வேறு மாதிரியா' என்பார். 'நீங்கள் மோசமான அரசியல்வாதியைவிட மோசமானவர் என்பார்.

படத்தில் இறுதியில் விபத்து நடந்தது தெரிந்தபோது, தாம் தப்பிக்க என்ன வழியென்றுதான் ஆன்டர்சன் பார்ப்பார். இதுவே அவர் எப்படிப்பட்டவர் என்பதை நமக்கு உணர்த்தும். படத்தில் மட்டுமல்ல; நிஜத்திலும் யூனியன் கார்பைடு நிறுவனம் கடைசி வரை இச்சம்பவத்திற்கு ஒரு மன்னிப்புக்கூடக் கேட்கவில்லை.

வேலை தருகிறோம் என்ற மொண்ணையான வாதத்தைச் சொல்லி, சோதனை செய்து பார்க்க மக்கள் ஒன்றும் சோதனைச் சாலை எலிகள் அல்ல.

இந்தியாவில் தொழில் புரிய வரும் அந்நிய நிறுவனங்கள், தங்கள் லாபத்தில் மட்டும் குறியாக இருக்காமல், உள்ளூர் மக்க ளின் நலனிலும் அக்கறை எடுத்துக்கொள்ளவேண்டியது அவர் களின் முக்கியக் கடமையாகும். அதைக் கண்காணிக்க வேண்டிய பொறுப்பும் அரசுக்கு உள்ளது.

இந்தப் படம் பார்ப்பது என்பதே படுதுயரமான விஷய மாகும். ஒவ்வொரு நிமிடமும் அடுத்து என்ன நடக்குமோ என்று இதயம் பதைபதைக்கும். அதுவும் படத்தின் இறுதிக்காட்சி மிகக் கொடூரமானது. விஷ வாயுவினால் பாதிக்கப்பட்டு கொத்துக்

கொத்தாக மனிதர்கள் செத்து விழுவது, பார்ப்பவர்களை நெடுநாள் தூங்கவிடாமல் செய்துவிடும்.

இப்படி மனிதத் தவறுகளால் அந்தக் கோர விபத்து நடந்திருந்தாலும்; விஷவாயு கசிந்த அந்த டிசம்பர் 2-3 தேதிகளில் மட்டும் போபாலில் நல்ல மழை பெய்திருந்தால்; இத்தனை மரணங்கள் நிகழ்ந்திருக்காது. இயற்கையின் கருணைகூட அன்று போபாலுக்குக் கிடைக்கவில்லை.

❖

17

காந்தி மை ஃபாதர்
(Gandhi My father)

தேசத் தந்தையைத் தன் தந்தையாகப் பெற்றும் தன் வாழ்வில் மீட்சி பெற முடியாமல் போன துரதிர்ஷ்டசாலியான ஹரிலால் காந்திக்கும், அவர் தந்தையான காந்திக்கும் ஏற்பட்ட கருத்து வேறு பாடுகளை, உறவில் ஏற்பட்ட சிக்கல்களைப் பற்றிப் பேசும் படம்தான் 'காந்தி மை பாதர்.'

கதை ஜூன் 1948 பம்பாயில் உள்ள மருத்துவ மனையில் தொடங்குகிறது. மகாத்மா காந்தியின் மூத்தமகன் ஹரிலால் காந்தி, அழுக்கான ஆடை யுடன் முகத்தில் அடர்ந்த தாடியுடன் பிச்சைக் காரர் தோற்றத்தில் மருத்துவமனையில் சேர்க்கப் படுகிறார். மருத்துவமனைப் பணியாளர், பாதி நினைவிழந்து கிடக்கும் ஹரிலாலிடம், 'உங்கள் தந்தையின் பெயர் என்ன' என்று கேட்க... ஹரி லால், 'காந்தி' என்பார். பணியாளர் திகைத்துப் போகிறார். கதை இப்பொழுது பின்னோக்கிப் போகிறது.

காந்தி, கஸ்தூரிபாய் காந்தி, அவர்களின் மூன்று மகன்கள் தென்னாப்பிரிக்காவில் உள்ள பீனிக்ஸ் குடியிருப்பில் வசிக் கின்றனர். மூத்த மகன் ஹரிலால் மட்டும் இந்தியாவில் ராஜ் கோட்டில் படித்துக்கொண்டிருக்கிறார்.

ஒருநாள் ஹரிலால், தான் குலாப்பைத் திருமணம் செய்து கொள்ளப் போவதாகக் கடிதம் எழுதுகிறார். இந்த இளம் வயதில் எதற்குத் திருமணம் என்கிறார் காந்தி.

ஆனாலும் ஹரிலால், காந்தியின் விருப்பத்தைமீறி குலாப்பைத் திருமணம் செய்துகொள்கிறார்.

ஹரிலாலுக்குத் தன் தந்தையைப் போலவே பாரிஸ்டர் படிக்க வேண்டுமென்று ஆசை. தன் தந்தையிடம் அதற்கான அனுமதி பெற்றுவிடலாம் என்ற எண்ணத்துடன் தென்னாப்பிரிக்கா வருகிறார்.

தந்தையுடன் இணைந்து போராட்டங்களில் பங்குகொண்டு சிறைக்கும் போகிறார். காந்தியின் அபிமானத்தையும் பெறுகிறார்.

காந்தியின் நண்பர் பிரஞ்சீவன், 'பாரிஸ்டர் படிப்பதற்காக ஸ்காலர்ஷிப்பைப் பெற காந்தி யாருக்கும் சிபாரிசு செய்யலாம்' என்று சொல்லியிருப்பார். காந்தி தகுதியுள்ள மாணவன் ஒருவ னுக்கு அந்த ஸ்காலர்ஷிப்பை வழங்கிவிடுவார்.

ஹரிலாலுக்கு இதில் வருத்தம். 'வெறும் சான்றிதழையும் பட்டத்தையும் வைத்துக்கொண்டு என்ன செய்யப்போகிறாய், அதைவிட உயர்ந்த வேலைகள் உனக்காகக் காத்திருக்கின்றன' என்பார் காந்தி.

ஹரிலால் அதை ஏற்றுக்கொள்ளாமல் இந்தியா திரும்புகிறார்.

இந்தியா திரும்பிய ஹரிலால் சொந்தமாகத் தொழில் தொடங்கலாம் என காந்தியிடம் பணம் கேட்கிறார். அதற்கு காந்தி, நீ வேலைக்குப் போவதுதான் நல்லதென்கிறார். ஹரிலால் வேலைக்குப் போகிறார்.

இந்நிலையில் காந்தியும் கஸ்தூரிபாய் காந்தியும் தென்னாப் பிரிக்காவிலிருந்து இந்தியாவுக்குத் திரும்புகின்றனர். காந்தி சுதந்திரப் போராட்டத்திற்குத் தலைமை ஏற்கிறார்.

நாட்கள் நகர்கின்றன.

ஹரிலால் வேலைக்குப் போன இடத்தில் நல்ல பேர் வாங்கு கிறார். அதனால் கேஷியர் பதவி உயர்வும் கிடைக்கிறது. ஹரிலால்

கம்பெனிப் பணத்தில் 30,000 ரூபாய் எடுத்து அந்நியத் துணிகளை மொத்தமாக வாங்குகிறார். போர்க் காலமாதலால் நல்ல விலைக்கு விற்கலாம் என்று நினைப்பார்.

ஆனால், ஹரிலால் நினைத்ததற்கு எதிர்மாறாகப் பெரும் நஷ்டம் ஏற்படுகிறது. கம்பெனியிலும் இவர் பணத்தைக் கையாடியதும் தெரிந்துவிடுகிறது. முதலாளி பெருந்தன்மையுடன் ஹரிலாலை வேலையை விட்டு நீக்கியதோடு விட்டுவிடுவார்.

ஹரிலால் இப்பொழுது குடிக்கவும் தொடங்கிவிடுவார். ஹரிலால் செய்யும் ஒவ்வொரு வேலையையும் உடனிருந்து உற்சாகப் படுத்தும் குலாப் காந்தி இனி ஹரிலால் திருந்தமாட்டார் என்ற எண்ணத்திற்கு வந்து தன் குழந்தைகளை அழைத்துக்கொண்டு தன் தந்தையின் வீட்டுக்குப் போய்விடுகிறார். போன இடத்தில் மூத்தமகன் காலரா நோய்க்குப் பலியாகிறான். குலாப் காந்தியும் உடல்நிலை பாதிக்கப்பட்டு இறக்கிறார்.

ஹரிலால் இடிந்துபோகிறார். மிதமாக இருந்த குடி இப்பொழுது அதிகமாகிவிடுகிறது. கடனும் பெருகுகிறது.

இவருடைய நிலையைப் பயன்படுத்திக்கொண்டு, முஸ்லிம் தலைவர் ஒருவர், ஹரிலாலை மதம் மாற்றுகிறார். ஹரிலால் அப்துல்லாவாகிறார்.

இதைக் கேள்விப்படும் காந்தி 'இந்துவும் முஸ்லிமும் என் இருகண்கள். அதனால் ஹரிலாலும் அப்துல்லாவும் எனக்கு ஒன்றுதான்' என்பார்.

ஆனால், கஸ்தூரிபாய் ஹரிலாலைப் போய்ப் பார்ப்பார். 'உனக்கு ஒரு தீங்கும் செய்யாத தந்தைக்கும் தாய்க்கும் ஏன் அவமானம் இழைக்கிறாய்' என்கிறார். ஹரிலால் மீண்டும் இந்து மதத்திற்கு மாறிவிடுகிறார்.

ஹரிலால் இப்பொழுது காந்தியுடன் வந்துவிடுகிறார். அப்பொழுதும் துரதிர்ஷ்டம் அவரை விட மறுக்கிறது. பணத்தாசை பிடித்த சிலர், அவரது பெயரைப் பயன்படுத்தி நிதி நிறுவனம் ஒன்றைத் தொடங்கி மோசடி செய்கிறார்கள். ஹரிலால் கைது செய்யப்பட்டு சிறையில் அடைக்கப்படுகிறார்.

ஹரிலால் சிறையில் இருந்து வெளியில் வந்து தன் தந்தையையும் தாயையும் பார்க்கிறார். காந்தி, ஹரிலாலிடம், 'சபர்மதி ஆசிரமத்திற்கு வந்துவிடு' என்கிறார். ஆனால், ஹரிலால் மறுத்துவிட்டு வெளியேறுகிறார்.

கதை இப்பொழுது 1942க்கு வருகிறது. வெள்ளையனே வெளியேறு போராட்டம் தொடங்குகிறது. மாபெரும் பொதுக் கூட்டத்தில் பேசும் காந்தி, 'இந்தியா விடுதலை பெறவேண்டும் அல்லது இந்த முயற்சியில் நாம் இறக்கவேண்டும்' என்கிறார்.

காந்தியின் போராட்டத்திற்கு எந்தவித சம்பந்தமுமில்லாமல் ஹரிலால் இருக்கிறார். கிட்டத்தட்ட பிச்சைக்காரரைப் போல் தெருவில் உண்டு உறங்கிக் கிடக்கிறார்.

இந்நிலையில் ஒருநாள் கஸ்தூரிபாய் காந்தி உடல்நலமின்றி இறக்கிறார்.

நாடு இப்பொழுது சுதந்திரம் பெறுகிறது. சுதந்திரக் கொண்டாட்டங்கள் நாடெங்கும் நடக்கிறது.

கதை இப்பொழுது 1948க்கு வருகிறது. உடல் குணமாகி ஆஸ்பத்திரியில் இருந்து வெளியே வருகிறார் ஹரிலால். ஒருநாள் ரேடியோவில் காந்தி சுட்டுக் கொல்லப்பட்டதைக் கேட்கிறார். கலங்கிப்போகும் அவர், இறுதி ஊர்வலத்தில் கூட்டத்தோடு கூட்டமாகக் கலந்துகொள்கிறார். பெருங்கூட்டத்தில் இடித்துத் தள்ளப் பட்டுக் கீழே விழுந்துவிடுகிறார்.

காந்தி இறந்த அடுத்த ஐந்து மாதத்திற்குள், மீண்டும் நோய் வாய்ப்பட்டு, பம்பாயில் உள்ள மருத்துவமனை ஒன்றில் இறந்து விடுகிறார். அத்துடன் படம் நிறைவடைகிறது.

காந்தி மை பாதர் என்ற இந்த ஹிந்தித் திரைப்படம் 2007இல் வெளியானது.

ஹரிலால் காந்தியை நினைத்து கண்ணீர் வடிக்காமல் நம்மால் இப்படத்தைப் பார்த்து முடிக்க முடியாது. இப்படத்தை இயக்கிய பெரோஸ் அப்பாஸ்கான் பெரும் பாராட்டுக்குரியவர்.

குடும்பமா, தேசமா என்னும்போது மகாத்மா காந்தி தேசத்தின் பக்கம்தான் நிற்கிறார். ஒருமுறை கஸ்தூரிபாய், 'நீங்கள் ஒரு நாளாவது காந்தியாக இல்லாமல், நான்கு பிள்ளைகளின் தந்தையாக அவர்களது குரலைக் கேளுங்களேன்' என்பார்.

ஒரு நாட்டிற்கே வழிகாட்டிய தேசப்பிதா, தன் மகனை நல்வழிப்படுத்த முடியாமல் அடையும் துயரம் படம் நெடுகிலும் காணக் கிடைக்கும்.

ஒருமுறை காந்தி, ஹரிலாலிடம், 'தேசமே உனக்காகக் காத்திருக்கிறது' என்பார். அதற்கு ஹரிலால், 'இல்லை, தேசம் உங்களுக்காகத்தான் காத்திருக்கிறது. எனக்காக இல்லை' என்பார்.

'உங்கள் கொள்கைகளைத் தாங்கித் தாங்கி என் மூச்சுத் திணறுகிறது. நான் எனக்கான அடையாளத்தைத் தேடிப் போகிறேன். என்னை விட்டுவிடுங்கள்' என்பார்.

ஆமாம்... காந்தியாய் வாழ்வது கடினமானது. அதைவிடக் கடினம் காந்தியின் மகனாய் வாழ்வது.

ஹரிலால் ஒரு காட்சியில் இப்படிச் சொல்வார், 'நான் எதிர் காலத்தை உருவாக்கலாம் என்று நினைக்கிறேன். ஆனால் கடந்த காலம் மறுபடியும் மறுபடியும் இழுத்து என்னைக் கீழே விட்டு விடுகிறது' என்பார்.

ஹரிலாலுக்கும் அவரது தாயான கஸ்தூரிபாய்க்கும் இருக்கும் உறவு அற்புதமானது. அவர் தன் வாழ்வின் இறுதிக்காலம் வரை தந்தையையும் மகனையும் இணைக்கப் பாடுபட்டுக்கொண்டே இருப்பார். ஒருமுறை கஸ்தூரிபாய், காந்தியிடம் சொல்வார், 'ஹரிலால் மோசமானவன் இல்லை, துரதிர்ஷ்டசாலி' என்பார்.

ஒரு காட்சியில், பரதேசி போன்ற தோற்றத்தில் இருக்கும் ஹரிலால், ரயில்வே நிலையத்தில் வந்து தன் தாயைப் பார்க்க வருவார். கூடியிருந்த பெருங்கூட்டம் 'மகாத்மா காந்திக்கு ஜே!' என்று கத்தும் போது, ஹரிலால் மட்டும் 'கஸ்தூரிபாய் காந்திக்கு ஜே!' என்று கத்துவார். ஹரிலால் தான் வாங்கி வந்த பழத்தை கஸ்தூரிபாயிடம் கொடுப்பார். அப்போது அருகிலிருக்கும் காந்தி, 'எனக்கு எதுவும் வாங்கி வரவில்லையா' என்பார். 'உங்களுக்கு ஜே! ஜே! என்று கத்துகிறார்களே அது போதும். இது என் அம்மாவுக்கு மட்டும்தான்' என்பார். அத்துடன், 'நீங்கள் மகாத்மா வாக இருப்பதற்கு நீங்கள் காரணம் அல்ல. என் அன்னைதான் காரணம்' என்பார். காந்தியும் அதை ஆமோதிப்பார்.

நம்மைக் கண்ணீர் விடவைக்கும் காட்சிகள் படத்தில் நிறைந்து கிடக்கின்றன. அதில் ஒரு காட்சி இது, பிச்சைக்காரர் போல் இருக்கும் ஹரிலால் சுயநினைவற்று ஆஸ்பத்திரியில் சேர்க்கப்படுவார். அப்போது ஆஸ்பத்திரி பணியாளர், ரெஜிஸ்ட ரில் எழுத, உங்கள் தந்தையின் பெயர் என்ன என்று கேட்டவுடன் ஹரிலால், காந்தி என்பார். அதற்குப் பணியாளர், ஆமாம்... நம் அனைவருக்கும் காந்தி தந்தைதான்... ஆனால்... உங்களின் தந்தை யின் பெயரைச் சொல்லுங்கள் என்றபோது, ஹரிலால், பாரிஸ்டர் மோகன்தாஸ் கரம்சந்த் காந்தி என்பார்.

இதே போன்று நாடெங்கும் ஆகஸ்ட் 15, 1947இல் சுதந்திர தினக் கொண்டாட்டங்கள் நடந்துகொண்டிருக்கும். ஒரு மண்ட

பத்தில் மூலையில் ஹரிலால் பிச்சைக்காரனைப் போல் அமர்ந்து சாப்பிட்டுக்கொண்டிருப்பார். அப்போது ஒருவர் தேசியக்கொடியும், இனிப்பும் கொடுப்பார். ஹரிலால் அந்த இனிப்பைச் சாப்பிடும்போது, தேசப்பிதா மகனுக்கா இந்தக் கதி என்று நாம் கலங்கி விடுவோம்.

உண்மையில் காந்தி ஹரிலாலை கஸ்தூர்பாயைவிடவும் நேசித்தார். தன் கொள்கைகளைத் தாங்கிப் போராடும் முதல் ஆளாக ஹரிலால் இருக்க வேண்டுமென விரும்புகிறார். ஆனால், அது ஏனோ நடக்கவில்லை. படத்தின் இறுதிக்காட்சியில் சொல்வார், 'என் வாழ்நாளிலேயே இரண்டு பேரை மட்டும் என்னால் என் கருத்தை ஒப்புக்கொள்ள வைக்க முடியவில்லை. ஒருவர் என் நண்பர் முகம்மது அலி ஜின்னா, இன்னொருவர் என் மகன் ஹரிலால் காந்தி' என்பார்.

ஹரிலால் மட்டும் இல்லை, நம் தேசத்தில் பலராலும் காந்தியைப் புரிந்துகொள்ள முடியவில்லை. இல்லையென்றால் கோட்சேவைச் சிலர் கொண்டாடிக்கொண்டிருப்பார்களா என்ன?

❖

18

தி டே ஆஃப் தி ஜாக்கல்
(The Day of the Jackal)

அவனது ரகசியப் பெயர் ஜாக்கல். அவனுக்குத் தொழில் கொலை செய்வது. அவனுக்கும் அவனால் கொல்லப்படப் போகிறவருக்கும் எந்த விதப் பகையும் இருக்கத் தேவையில்லை. அவனுக்குத் தேவை பெரும்பணம்; கொல்லப்பட வேண்டியவரது புகைப்படம் அவ்வளவுதான்.

அப்படிப்பட்ட ஜாக்கல், பிரான்சின் அதிபரைக் கொல்ல நடத்திய முயற்சிதான் 'தி டே ஆஃப் தி ஜாக்கல்' திரைப்படம்.

1962ஆம் ஆண்டு ஆகஸ்ட் மாதம் பிரான்ஸ் நாட்டிற்கு கொந்தளிப்பான தருணம். அதிபர் சார்லஸ் டி கோல் அல்ஜீரியா நாட்டிற்கு சுதந்திரம் கொடுக்கிறார். பிரான்சின் ராணுவ வீரர்கள் பலர் சேர்ந்து அமைத்திருக்கும் ரகசிய அமைப்பான ஓ.ஏ.எஸ்., அதிபர் அல்ஜீரியாவிற்கு சுதந்திரம் கொடுத்ததை அரசியலாக்கி, அதிபர் நாட்டிற்கு துரோகம் செய்துவிட்டார் என்று குற்றஞ் சாட்டுகின்றனர். அத்துடன் அவர் செய்த

துரோகத்திற்குப் பழிவாங்க அவரைக் கொல்லவும் முடிவெடுக்கின்றனர்.

ஒருநாள் அதிபர் காரில் வரும்பொழுது ஓ.ஏ.எஸ். அமைப்பைச் சேர்ந்தவர்கள் துப்பாக்கிச் சூடு நடத்துகிறார்கள். அதிபர் தப்பிவிடுகிறார்.

இது நடந்து அடுத்த சில மாதங்களிலேயே ஓ.ஏ.எஸ். அமைப்பின் தலைவர் மற்றும் அதன் உறுப்பினர்கள் கைது செய்யப்பட்டு, அவர்களுக்கு மரணதண்டனை விதிக்கப்படுகிறது. அரசாங்கம் ஓ.ஏ.எஸ். என்னும் அமைப்பு முடிந்துவிட்டது என்று எண்ணி விடுகிறது.

ஆனால், அந்த அமைப்பைச் சேர்ந்த பலர் ஆஸ்திரியாவில் மறைந்து வாழ்கின்றனர். அவர்கள் ஒன்றுகூடி, மீண்டும் அதிபரைக் கொல்ல முயலலாம் என்கின்றனர். வெளிநாட்டைச் சேர்ந்த கூலியாள் ஒருவரை அந்த வேலைக்கு நியமிக்கலாமென்று தீர்மானிக்கின்றனர்.

அவர் அதிபரைக் கொல்வதற்கு 5 லட்சம் அமெரிக்க டாலர் கேட்கிறார். ஓ.ஏ.எஸ். அமைப்பினர் சரியென்று ஒத்துக்கொள்கின்றனர். அவருக்கு 'ஜாக்கல்' என்று ரகசியப் பெயரிடுகின்றனர்.

பணத்தை 'ஜாக்கல்' வங்கிக்கணக்கில் போட்டதும் அவர் வேலையைத் தொடங்குகிறார்.

இதற்குள் ஓ.ஏ.எஸ். அமைப்பைச் சேர்ந்தவர்கள் உள்துறை அமைச்சகத்தில் உள்ள உயர் அதிகாரி ஒருவரிடம் ஒரு பெண்ணை அனுப்பி நட்புகொள்ளச் செய்கின்றனர்.

ஒருநாள் ஓ.ஏ.எஸ். அமைப்பைச் சேர்ந்த விக்டரைச் சந்தேகப்பட்டு போலிஸ் பிடிக்கிறது. அவரின் மூலம் அதிபரைக் கொல்லும் திட்டத்தை அரைகுறையாகத் தெரிந்துகொள்கிறார்கள். உள்துறை அமைச்சர், அதிபரிடம், 'உங்கள் உயிருக்கு ஆபத்து' என்கிறார். அத்துடன் அவரது பயணத் திட்டங்களை மாற்றியமைக்கும்படியும் கேட்கிறார். ஆனால், அதிபர் தான் ஏற்கனவே திட்டமிட்டுள்ள எந்தவிதப் பொது நிகழ்ச்சிகளையும் தன்னால் ரத்து செய்ய முடியாது என்று கூறிவிடுகிறார்.

'அதிபரைக் கொல்லப்போகின்றவன் யாரென்றே தெரியாத போது, அவனைப் பிடிப்பது எவ்விதத்தில் சாத்தியம்' என்று கூறும் காவல்துறைத் தலைமை அதிகாரி, 'முதலில் நாம் துப்பறியும் நிபுணர் ஒருவரை நியமித்து, அவன் யாரென்று

கண்டறிய வேண்டும்' என்கிறார். அதன்படி துப்பறியும் நிபுண ரான லெபளிடம் அந்த வேலை ஒப்படைக்கப்படுகிறது.

லெபள் கொலைசெய்ய நியமிக்கப்பட்டவனின் ரகசியப் பெயர் ஜாக்கல் என்பதைக் கண்டறிகிறார். விரைவில் அவன் பிரான்சிற்குள் நுழையப்போகிறான் என்பதையும் தெரிந்து கொள்கிறார்.

உள்துறை அமைச்சக அதிகாரியுடன் நெருக்கமாக இருக்கும் அந்தப் பெண் ஜாக்கல் பிரான்சிற்குள் நுழையப் போவது காவல் துறைக்குத் தெரிந்துவிட்டது என்ற செய்தியை ஓ.ஏ.எஸ். அமைப் பிற்குச் சொல்ல, அதை அவர்கள் ஜாக்கலிடம் சொல்கிறார்கள். ஆனால், ஜாக்கல் அதைப் பொருட்படுத்தாமல் பிரான்சிற்குள் நுழைகிறான்.

இதற்குள் ஜாக்கல் டக்கன் எனும் பெயரிலான போலி பாஸ்போர்ட்டுடன் ஒரு ஹோட்டலில் தங்கியிருப்பதை லெபள் கண்டுபிடிக்கிறார். அவர்கள் அங்கு போவதற்குள் ஜாக்கல் ஹோட்டல் ரூமைக் காலிசெய்துவிட்டுப் போய்விடுகிறான்.

அன்று மாலையே ஓ.ஏ.எஸ். அமைப்பிடமிருந்து தன்னுடைய கார் எண்ணை போலிஸ் கண்டுபிடித்துவிட்டதை ஜாக்கல் அறிந்துகொள்கிறான். சாலையின் ஓரத்தில் தனியாக நிற்கும் காரின் நம்பர் பிளேட்டைக் கழற்றித் தன் காரில் மாட்டிக்கொள் கிறான்.

பின், நேராக முந்தைய தினம் ஹோட்டலில் பழக்கம் ஏற்பட்ட டென்மார்க் பெண்ணின் வீட்டிற்குப் போகிறான். அவ ளுடன் நெருக்கமாக இருந்தவன் அவளைக் கொன்றுவிட்டு, அவளது கணவனான லெண்ட் குவிஸ்ட்டின் பாஸ்போர்ட்டையும் காரையும் எடுத்துக்கொண்டு கிளம்பிவிடுகிறான்.

பின் ரயில்வே ஸ்டேஷனுக்கு வந்து பாரிஸ் போகும் ரயிலில் ஏறுகிறான்.

டென்மார்க் பெண் கொல்லப்பட்ட செய்தி அறிந்ததும் லெபள் ஆத்திரமடைகிறார். ஜாக்கல் பாரிஸ் போய்க்கொண்டி ருக்கும் விஷயமும் லெபளுக்குத் தெரிகிறது. உடனே ரயில்வே ஸ்டேஷனுக்கு காரில் விரைகிறார். ஆனால், அவர் வருவதற்குள் ஜாக்கல், அவ்விடத்திலிருந்து கிளம்புகிறான்.

ஹோட்டலில் தங்கினால் மாட்டிக்கொள்வோம் என்று நினைக்கும் ஜாக்கல், நீராவிக் குளியல் எடுக்கும் இடத்திற்குப்

போகிறான். அங்கு ஒருவருடன் நட்பு ஏற்படுத்திக்கொண்டு அவர் வீட்டிற்குப் போய்விடுகிறான்.

இந்நிலையில் லெபள் ஓ.ஏ.எஸ். அமைப்பிற்குத் துப்புக் கொடுக்கும் அந்தப் பெண்ணைக் கண்டுபிடித்து கைது செய்கிறார். தான் தவறு செய்துவிட்டோமே என்ற குற்ற உணர்வில் உள்துறை அமைச்சக அதிகாரி தற்கொலை செய்துகொள்கிறார்.

இவ்வளவு அபாயமான சூழ்நிலையிலும் அதிபர் அடுத்த மூன்று நாட்களில் நடைபெறவிருக்கும் சுதந்திர தின விழாவில் கலந்துகொள்ள வேண்டிய சூழ்நிலை ஏற்படுகிறது. ஜாக்கல் அன்று தான் அதிபரைக் கொல்லத் தீர்மானித்திருக்கிறான் என்பதும் லெபளுக்குத் தெரியவருகிறது.

சுதந்திர தினமும் வருகிறது.

சுதந்திர தின விழாவிற்குப் பெரும் பாதுகாப்பு ஏற்பாடுகள் செய்யப்படுகின்றன. ஆயிரக்கணக்கான மக்கள் சுதந்திர தின விழாவில் கலந்துகொள்கின்றனர். லெபள் சிறிது பதற்றத்துடன் கூட்டத்திடையே ஜாக்கல் இருக்கிறானா என்று தேடுகிறார்.

ஜாக்கல் இப்பொழுது வேறு ஒரு பாதையில், போரில் ஒரு காலை இழந்த ராணுவவீரன் போன்ற தோற்றத்தில், ஊன்று கோலை ஊன்றியபடி நடந்துவருகிறான். வழிமறிக்கும் போலிசிடம் அருகில் உள்ள வீட்டில்தான் தான் வசிப்பதாகக் கூறுகிறான்.

ராணுவ அணிவகுப்பு தொடங்குகிறது. அதிபர் ராணுவ மரியாதையை ஏற்றுக்கொள்கிறார். பின் ராணுவ வீரர்களுக்கு மெடல் அணிவிக்கிறார். விழா நடக்கும் இடத்திற்கு எதிரில் உள்ள மாடியில் இருக்கும் ஜாக்கெல் இப்பொழுது அதிபரைக் குறி வைத்துச் சுடுகிறான். அதிபர் மெடல் அணிவித்தவருக்கு முத்த மிடக் குனிய குறி தவறுகிறது.

இதற்குள் லெபள், காவலர்மூலம் ஜாக்கல் எதிர்மாடியில் இருக்கிறான் என்பதைத் தெரிந்துகொள்கிறார். லெபள், காவலர் இருவரும் மாடிக்கு ஓடுகின்றனர். காவலர் பூட்டிய அறையை துப்பாக்கியால் சுட்டு உடைக்கிறார். ஜாக்கல் உடனே தன் துப் பாக்கியால் காவலரைச் சுடுகிறான். அடுத்த முறை ஜாக்கல் சுடத் தயாராவதற்குள் லெபள் துப்பாக்கியால் ஜாக்கலைச் சுட்டுக் கொல்கிறார். இத்துடன் படம் நிறைவடைகிறது.

நம்மை இருக்கையின் நுனிக்கு வரவழைக்கும் ‘தி டே ஆஃப் தி ஜாக்கல்’ என்னும் ஆங்கிலோ – பிரெஞ்ச் திரைப்படம் 1973 இல் வெளியானது.

அரசியல் தலைவர்களைக் கொல்ல முயலும் வகையைச் சேர்ந்த சினிமாக்களில் தலைசிறந்த படமாகக் கருதப்படும் இத் திரைப்படத்தை இயக்கியவர் ஃப்ரெட் ஜின்னிமான்.

சிறந்த திரைக்கதையும் அற்புதமான படத்தொகுப்பும் இணைந்து இப்படம் வெளியாகி நாற்பது ஆண்டுகள் கடந்த பிறகும் முக்கியமான படமாக நிலைநிறுத்துகின்றன.

ஜாக்கலாக நடித்திருக்கும் எட்வார்டு ஃபாக்ஸ் நடிப்பு அபார மானது. அவர் அதிபரைக் கொல்ல எடுக்கும் பிரயத்தனங்கள் நம்மை மலைக்க வைக்கின்றன. கெட்டவர்களுக்குத்தான் எத்தனை பலம். அவர் அதிபரைக் கொல்லும் முயற்சியில் தோல்வியடைந்து கடைசியில் சுடப்பட்டுவிடுவார். அவர் முயற்சி தோல்வியடைந் தது கண்டு நம்மில் ஒரு கணம் ஏற்படும் ஏமாற்றம்தான் அந்தக் கதாபாத்திரத்தின் வெற்றி. ஜாக்கல் கொலைகாரனாக இருந்தாலும், அவன் பக்கமும் நம் மனம் சாய்ந்துவிடுவதுதான் எட்வார்டு ஃபாக்ஸ் நடிப்பின் மாயாஜாலம்.

படத்தில் குறிப்பிட்டுச் சொல்லவேண்டிய இன்னொரு கதா பாத்திரம், உளவுத்துறை நிபுணர் லெபளாக நடித்த மைக்கேல் லான்ஸ்டேல். ஜாக்கலின் ஒவ்வொரு நகர்வையும் அவ்வளவு விரைவாகக் கண்டுபிடித்துவிடுவார். சதுரங்க ஆட்டத்தில் யார் யாரை வெட்டுவது போன்ற இருவரது செயல்பாடுகள் மிகத் திறம்படக் காட்சிப்படுத்தப்பட்டிருக்கும்.

இப்படத்தின் இயக்குநர் ஃப்ரெட் ஜின்னிமான் ஒரு நேர் காணலில், படத்தின் முடிவில் அதிபர் சார்லஸ் டி கோல் கொல்லப்படமாட்டார் என்பது அனைவருக்கும் தெரிந்த விஷயம் தான். அந்நிலையில் படத்தை ரசிகர்கள் அடுத்து என்ன நடக்குமோ என்ற பதற்றத்துடன் பார்க்க வைக்கவேண்டும் என்பது சவாலான விஷயம்தான். அதற்காகக் கடுமையாக உழைத்தோம். படம் நாங்கள் நினைத்த மாதிரியே அமைந்தது என்றார்.

இத்திரைப்படம் ஃபிரெட்ரிக் ஃபார்சித் எழுதிய ‘தி டே ஆஃப் தி ஜாக்கல்’ என்னும் நாவலை அடிப்படையாகக்கொண்டு எடுக்கப்பட்டுள்ளது.

இப்படம் எடுக்க அடிப்படையாக அமைந்த நாவல் உண்மைச் சம்பவத்தை மையமாக வைத்துத்தான் எழுதப்பட்டது. பிரான்ஸ் அதிபர் சார்லஸ் டி கோல் அல்ஜீரியாவுக்கு சுதந்திரம் கொடுத்ததால், துரோகி என்ற குற்றச்சாட்டுக்கு ஆளானார். ராணுவவீரர்கள் பலர் ஓ.ஏ.எஸ். என்ற ரகசிய அமைப்பை

ஏற்படுத்திக்கொண்டு அவரைக் கொல்ல முயன்றனர். 140 புல் லட்டுகள் சுடப்பட்டும் அதிர்ஷ்டவசமாக உயிர் தப்பினார். இச் சம்பவம்தான் நாவல் எழுத அடிப்படையாக அமைந்தது. நாவலைப் போலவே சினிமாவும் பெரு வெற்றி கண்டது.

அன்று சுட நடந்த முயற்சியில் அதிபர் தப்பிக்க முக்கியமான காரணம், அவர் பயணித்த அதி நவீன வசதிகொண்ட சிட்ரோயன் கார்தான். அதன் பிறகு அவர் தன் வாழ்நாள் இறுதிவரை வேறு எந்தக் காரிலும் பயணித்ததில்லை.

132 ஆண்டுகள் பிரான்சிடம் அடிமைப்பட்டுக் கிடந்து, பெரும் விடுதலைப் போராட்டத்திற்குப் பின்தான் அல்ஜீரியா விற்கு விடுதலை கிடைத்தது.

'சுதந்திரம்தான் எங்கள் உயிர்மூச்சு' என்று சொல்லும் பிரான்சில், ஒரு நாட்டிற்கு சுதந்திரம் கொடுத்ததற்காக அதிபரைக் கொல்ல முயன்றது விசித்திரமானது.

❖

19

தி பாய் இன் தி ஸ்ட்ரிப்புடு பைஜாமாஸ்
(The Boy in the Stripped Pajamas)

சித்திரவதை முகாம் வேலிக்குப் பின்னால் யூதச் சிறுவன்; வெளியில் ஜெர்மானியச் சிறுவன். ஒரு யூதனும் ஒரு ஜெர்மானியனும் நண்பர்களாக இருக்க முடியாது என்கிறார்கள் பெரியவர்கள். ஆனால், இருவரும் நண்பர்களாக இருக்கிறார்கள்.

துப்பாக்கிச் சத்தத்திற்கு இடையே அந்தச் சிறுவர்கள் அனுபவித்த சின்னச் சின்ன மகிழ்ச்சிகளும் கடுந்துன்பங்களும் ஈடு செய்ய முடியாத இழப்புகளும் நிறைந்ததுதான் 'தி பாய் இன் தி ஸ்ட்ரிப்புடு பைஜாமாஸ்' திரைப்படம்...

புரூனோ எட்டு வயது சிறுவன், அவன் தந்தை ஒரு ராணுவ வீரர். அவருக்குக் கிராமப் புறத்தில் உள்ள சித்திரவதை முகாமின் கமாண்டராகப் பதவி உயர்வு கிடைக்கிறது. பணி மாற்றத்தின் காரணமாக அவர்களின் குடும்பம் நகரத்திலிருந்து கிராமப்புறப் பகுதிக்கு வருகிறது.

இந்தப் புதிய இடத்தில் புரூனோவுடன் விளையாட ஆள் இல்லை. சுற்றிப் பார்க்கவும் இடமில்லாததால் அலுத்துக்கொள்கிறான்.

வீட்டுக்குள்ளே அடைந்து கிடந்தவன், ஒருநாள் யாருக்கும் தெரியாமல் அவுட் ஹவுஸ் வழியாக வெளியே வருகிறான். மரங்கள் நிறைந்த காட்டுப் பகுதிக்கு வந்தவன், சுற்றி வேலி அடிக்கப்பட்ட ஒரு இடத்தைப் பார்க்கிறான்.

அங்கே பைஜாமா அணிந்து ஒரு சிறுவன் அமர்ந்திருக்கிறான். அருகில் வரும் புரூனோ அவனிடம் பேசுகிறான். அவன் பெயர் ஷ்மூல் என்பதைத் தெரிந்துகொள்கிறான். 'தன் வீடு எதிரில்தான் உள்ளது' என்று புரூனோ சொன்னதும், 'ஏதாவது சாப்பிட வைத்திருக்கிறாயா' என்கிறான் ஷ்மூல். அதற்கு புரூனோ, 'ஏன் பசிக்கிறதா' என்கிறான். அதற்குள் விசில் ஊதும் சத்தம் கேட்க ஷ்மூல் கிளம்பிவிடுகிறான்.

மறுநாள் புரூனோ சாக்லேட் எடுத்துக்கொண்டு ஷ்மூலைத் தேடிப்போகிறான். ஆனால், அவன் அங்கு இல்லை.

மறுநாள் போகிறான். இருவரும் நீண்டநேரம் பேசிக்கொண்டிருக்கிறார்கள். ஷ்மூல், 'சாக்லேட் கொண்டு வருகிறேன் என்றாயே' என்கிறான். 'இன்று கொண்டு வரவில்லை, வேண்டுமானால் ஒரு நாள் இரவு என் வீட்டுக்குச் சாப்பிட வாயேன்' என்கிறான். ஷ்மூல், 'இந்த வேலியைத் தாண்டி என்னால் வரமுடியாது' என்கிறான்.

மறுநாள் புரூனோ வீட்டிலிருந்து நிறைய இனிப்புகளை எடுத்துக்கொண்டுபோய் ஷ்மூலிடம் கொடுக்கிறான். ஷ்மூல் சாப்பிட்டதும், 'கால்பந்தை வைத்து விளையாடலாம்' என்கிறான் புரூனோ. ஷ்மூல், 'அது ஆபத்தானது' என்று கூறி விளையாட வர மறுக்கிறான். ஏன் விளையாடுவது ஆபத்து என்று புரூனோவுக்குப் புரியவில்லை.

ஒரு மாலை வேளையில், சித்திரவதை முகாமில் இருக்கும் புகைக்குழாயிலிருந்து வரும் புகையின் துர்நாற்றம், புரூனோவின் வீட்டிற்குள் அடிக்கிறது. அது யூதர்களைக் கொல்லும் விஷவாயு என்பது தெரியவர, புரூனோவின் அம்மா அதிர்ச்சியடைகிறாள். அது குறித்து தன் கணவனிடம் சண்டையிடுகிறாள்.

ஒருநாள் ஷ்மூல், புரூனோ வீட்டிற்கு வேலை செய்ய வருகிறான். புரூனோ அவனைப் பார்த்து வியப்படைகிறான். பின் அவனுக்குச் சாப்பிட கேக் தருகிறான். ஷ்மூல் சாப்பிட்டுக் கொண்டிருக்கும்போது ராணுவ வீரர் ஒருவர் வந்துவிடுகிறார். கேக்கைத் திருடினாயா என்று அதட்டுகிறார். அதற்கு ஷ்மூல், 'புரூனோ என் நண்பன், அவன்தான் இதைத் தந்தான்' என்கிறான்.

இதைக் கேட்டு அதிர்ச்சியடையும் வீரர், புரூனோவிடம் 'உண்மையா' என்கிறார். பயந்துபோன புரூனோ 'அவனை இதற்கு முன் நான் பார்த்ததே இல்லை'யென்று சொல்லிவிடுகிறான்.

மறுநாள் முகாமிற்கு ஷ்மூலைப் பார்க்க வருகிறான். அவன் கண் இமையில் அடிவாங்கியதின் காயம் இருக்கிறது. அதைப் பார்த்து வருத்தப்படும் புரூனோ, 'பயத்தில்தான் அப்படிச் செய்து விட்டேன்' என்று மன்னிப்புக் கேட்கிறான். இருவரும் மீண்டும் நண்பர்களாகின்றனர்.

சித்திரவதை முகாம் பற்றி தினம் கேள்விப்படும் செய்திகள் தொடர்பாக புரூனோவின் அம்மாவுக்கும் அப்பாவுக்கும் எப் பொழுதும் சண்டை நடக்கிறது. அவள் ஒருகட்டத்தில் பித்துப் பிடித்தவள் போலாகிறாள்.

இது போன்ற சூழ்நிலையில் தன் பிள்ளைகள் வளரக்கூடா தென்று, அவர்களைத் தன் சகோதரியின் வீட்டிற்கு அனுப்பலாம் என்று புரூனோவின் தந்தை முடிவெடுக்கிறார். புரூனோ அதைக் கேட்டு அதிர்ச்சியடைகிறான்.

தான் ஊரைவிட்டுப்போகும் சோகமான செய்தியுடன் ஷ்மூலைச் சந்திக்கிறான் புரூனோ. அவனும் தன் தந்தையைச் சில நாட்களாகக் காணவில்லை என்ற சோகச் செய்தியைச் சொல் கிறான். அதைக் கேட்கும் புரூனோ, 'நாளை நான் ஊருக்குப் போவதற்கு முன் உன் தந்தையைக் கண்டுபிடித்து விடுவோம்' என்கிறான்.

மறுநாள் முகாமிற்கு வருகிறான். ஷ்மூல் தந்த கைதிகளின் பைஜாமா உடையை அணிந்துகொள்கிறான். பின் தான் வீட்டி லிருந்து கொண்டுவந்த மண்வெட்டியால் வேலிக்குக் கீழே குழி தோண்டி, முகாமிற்குள் நுழைகிறான். அதன்பிறகு இருவரும் ஷ்மூலின் தந்தையைத் தேடிப் போகின்றனர்.

ஊருக்குக் கிளம்பிக்கொண்டிருக்கும் புரூனோவின் அம்மா, வீட்டிற்குள் புரூனோ இல்லாததால் பதற்றமடைந்து தன் கண வனிடம் சொல்கிறாள். அவர் ராணுவ வீரர்களுடன் சேர்ந்து புரூனோவைத் தேடுகின்றார். அவுட் – ஹவுஸ் வழியே அவன் வெளியேறிய தடத்தைப் பின்தொடர்ந்து வந்தவர்கள், முகாம் வேலியருகே புரூனோ கழற்றிப்போட்ட உடையைப் பார்க்கிறார் கள். பதறிப்போன புரூனோவின் தந்தை முகாமிற்குள் ஓடுகிறார்.

அதற்குள் விஷவாயு அறைக்குள் பெரியவர்களுடன் புரூ னோவும் ஷ்மூலும் அழைத்துச் செல்லப்பட்டிருப்பார்கள். அங்கு

என்ன நடக்கிறதென்று தெரியாத அவர்கள் ஓரிடத்தில் அமர்கின்றனர். 'மழை விட்டதும் வெளியில் போகலாம்' என்கிறான் புரூனோ. அப்போது அறைக்குள் வரும் ராணுவ வீரர்கள் 'அனை வரும் ஆடைகளைக் கழற்றுங்கள்' என்கிறார்கள். புரூனோவும் ஷ்மூலும் பயத்துடன் தங்கள் ஆடைகளைக் கழற்றுகிறார்கள். சிறிது நேரத்தில் அறைக் கதவு மூடப்படுகிறது. விஷ வாயு மேலே இருந்து உள்ளே பாய்ச்சப்படுகிறது.

புரூனோவின் தந்தையின் தேடுதலாலும், அவள் தாயின் கதறி அழும் ஓலத்தாலும் ஒரு பயனுமில்லை. விஷவாயு அறைக்குள் புரூனோவும் ஷ்மூலும் இறந்துவிடுகின்றனர். அத்துடன் படம் முடிவடைகிறது.

சித்திரவதை முகாம்கள் பற்றிய படங்களில் தனித்துவமான படமான இந்த 'தி பாய் இன் தி ஸ்ட்ரிப்புடு பைஜாமாஸ்' என்னும் இந்த பிரிட்டிஷ் திரைப்படம் 2008இல் வெளியானது.

படத்தின் மையம் புரூனோவாக நடித்த ஆசா பட்டர்பீல்டு, ஷ்மூலாக நடித்த ஜாக் ஸ்காம்லான்னின் கதாபாத்திரங்கள்தான். அவர்களுக்குள் ஏற்படும் நட்பு அற்புதமானது. அந்தச் சிறுவர்கள் சாதாரணமாகப் பேசிக்கொள்வது படம் பார்க்கும் பெரியவர்களை அதிரச் செய்கிறது.

ஒரு காட்சியில், 'ஒருநாள் என் வீட்டிற்குச் சாப்பிட வாயேன்' என்பான் புரூனோ. 'இந்த வேலியைத் தாண்டி என்னால் வர முடியாது' என்று சொல்லுவான் ஷ்மூல். அதற்கு புரூனோ, 'விலங்குகள் உள்ளே புகக் கூடாதென்பதற்காகத்தானே மின்வேலி அடிப்பார்கள், மனிதர்களுக்கு எதற்கு' என்பான்.

அதுபோன்று இன்னொரு சமயத்தில், புரூனோ, ஷ்மூலிடம் 'என் வீட்டில் வேலை செய்யும் பாவல் ஒரு டாக்டர், உருளைக் கிழங்குத் தோலை உரிக்கும் வேலைக்காகத் தன் டாக்டர் தொழிலையே விட்டுவிட்டார். ஏன் இந்தப் பெரியவர்கள் இப்படி இருக்கிறார்கள்' என்பான்.

மற்றொரு காட்சியில் தன் தாத்தாவின் இறுதி ஊர்வலத்திற்குப் போய்வந்த புரூனோ, அதைப்பற்றி ஷ்மூலிடம் சொல்லுவான். அதற்கு ஷ்மூல், 'என் தாத்தாவும் பாட்டியும் இங்குதான் இறந்தார்கள், ஆனால், சவ ஊர்வலம் எதுவும் நடக்கவில்லை' என்பான்.

இதற்கெல்லாம் உச்சக்கட்டமாக இறுதிக்காட்சியில் ஷ்மூல் தன் அப்பா கொல்லப்பட்டுவிட்டார் என்பது தெரியாமல் 'தன்

அப்பாவைச் சில நாட்களாகக் காணவில்லை' என்பான். அதைக் கேட்கும் புரூனோ, 'நாம் இருவரும் சேர்ந்து முகாமிற்குள் போய்த் தேடலாம்' என்பான். அப்படித் தேடிப் போய்த்தான் இருவரும் கொல்லப்படுவார்கள்.

இப்படி உலகம் தெரியாத இரு சிறுவர்களின் பார்வையில் சித்திரவதை முகாமின் கொடுமைகள் பதிவு செய்யப்பட்டுள்ளன.

இப்படத்தை எழுதி இயக்கியவர் மார்க் ஹெர்மன். ஜான் பாய்னே எழுதிய 'தி பாய் இன் தி ஸ்ட்ரிப்புடு பைஜாமாஸ்' என்னும் நாவலை அடிப்படையாக வைத்துத்தான் இப்படத்தை ஹெர்மன் எழுதியுள்ளார், நாவலின் தலைப்பையே படத்திற்கும் வைத்துவிட்டார்.

படத்தின் இயக்குநர் மார்க் ஹெர்மன் ஒரு நேர்காணலில் படத்தின் 'இறுதிக்காட்சியை எடுப்பதற்குள் மரண வேதனையாக இருந்தது' என்றார். எழுத்தாளர் ஜான் பாய்னே இரண்டரை நாட்களில் எழுதிமுடித்த நாவலைப் படமாக்க ஹெர்மன் மூன்றரை வருடங்கள் உழைத்துள்ளார்.

படத்தில் வரும் சிறுவர்களைப் போலவே, புரூனோவின் அம்மாவின் கதாபாத்திரமும் சிறப்பாக அமைந்திருக்கும்.

சித்திரவதை முகாமில் கூட்டம்கூட்டமாக யூதர்கள் கொல்லப் படுகிறார்கள் என்ற செய்தி அறிந்ததும் புரூனோவின் தாய்க்கும் தந்தைக்கும் உறவில் பெரும் விரிசல் ஏற்பட்டுவிடும். இதேபோன்ற சம்பவம் உண்மையில் நடந்துள்ளது. ருடால்ப் என்னும் கமாண்டரின் மனைவி, ருடால்ப் சித்திரவதை முகாமில் என்ன செய்கிறார் என்று அறிந்தபிறகு, அவருடன் தாம்பத்ய உறவைத் தவிர்த்தார். அதே போன்றுதான் புரூனோவின் அம்மாவும் செய்வாள்.

படத்தின் இறுதியில் புரூனோ விஷவாயு அறையில் மாட்டிக் கொண்டு இறந்துவிட்டான் என்று தெரிந்ததும், அவள் வீறிட்டு அழும் அழுகை நம்மைக் கலங்க வைத்துவிடும்.

ஒரு ஜெர்மானியச் சிறுவனின் இழப்பிற்காக அவனது தாய் அழும் ஓலத்தைக் காட்டி, இதுபோன்று கொல்லப்பட்ட எண் ணிலடங்கா யூதக் குழந்தைகளுக்கு நியாயம் கேட்கிறார் இயக்குநர்.

ஹிட்லர் தான் தற்கொலை செய்துகொள்வதற்கு முன் 60 லட்சம் யூதர்களைக் கொன்றார். ஒரு ஜெர்மானிய உயிருக்கே இத்தனை கண்ணீர், ஓலம் என்றால் அறுபது லட்சம் உயிர்களுக்கு என்ன சொல்வது?

யுகன் ● 123

20

குயின்
(Queen)

இங்கிலாந்து இளவரசி டயானா இளவரசர் சார்லஸை மணந்த நாளிலிருந்து, மறையும் வரை பத்திரிகையில் பரபரப்புச் செய்தியாகவே இருந்தவர். தனது 36ஆம் வயதில் பத்திரிகைக்காரர்கள் புகைப்படம் எடுப்பதற்காகத் துரத்தியபோது கார் விபத்து ஏற்பட்டு மறைந்தார். அந்த துக்ககரமான நாட்களில் இங்கிலாந்து ராணி இரண்டாம் எலிசெபத்தின் மனநிலை எவ்வாறு இருந்தது, ராணியின் குடும்பத்தினர் டயானாவின் மறைவை எப்படி எடுத்துக்கொண்டார்கள் என்பது பற்றி யெல்லாம் பேசுவதுதான் 'குயின்' என்னும் இத் திரைப்படம்.

1997இல் நடந்த பொதுத்தேர்தலில் வெற்றி பெற்று பிரதமராகிறார் டோனி பிளேர். பிளேர் பதவியேற்ற மூன்றாவது மாதத்தில் இளவரசி டயானா பிரான்சில் உள்ள பாரிஸில் கார் விபத்தில் இறக்கிறார். இச்சம்பவம் நடக்கும்பொழுது

ராணியின் குடும்பம் கோடைக்கால விடுமுறையைக் கழிப்பதற்காக பால்மோரல் என்னும் இடத்தில் உள்ளனர்.

டயானாவின் முன்னாள் கணவர் சார்லஸ், அரச குடும்பத்தினருக்கென இருக்கும் விமானத்தில் அவள் உடலை பிரிட்டனுக்குக் கொண்டுவர வேண்டுமென்கிறார். ஆனால் ராணி இரண்டாம் எலிசெபத், டயானா எப்பொழுது உன்னை விவாகரத்து செய்துவிட்டாளோ அப்பொழுதே அரச குடும்பத்தைச் சேர்ந்தவள் இல்லை என்கிறார். என்ன இருந்தாலும் அவள், உன் பேரன்களின் தாய் என்று கூறி, அவரே டயானாவின் உடலைக் கொண்டு வருவதற்காக பாரிஸ் போகிறார்.

டயானாவின் மறைவு பிரிட்டன் மக்களை பெரும் அதிர்ச்சிக்குள்ளாக்குகிறது. மக்கள் சோகக்கடலில் மூழ்குகின்றனர். டயானாவுக்கு அஞ்சலி செலுத்தும் வகையில் மக்கள் பக்கிங்ஹாம் அரண்மனை வாயிலில் பூங்கொத்துகளை வைக்கின்றனர்.

பத்திரிகைகள் அரச குடும்பத்தினரிடமிருந்து டயானா மறைவு குறித்து இன்னும் அதிகாரபூர்வ அறிக்கை வரவில்லையெனச் செய்தி வெளியிடுகிறது.

பிரதமர் டோனி பிளேர் எதாவது அறிக்கை, அல்லது மக்களிடையே தோன்றி ஏதாவது பேசுகிறீர்களா என்று ராணியிடம் கேட்கிறார். டயானா அரச குடும்பத்தைச் சேர்ந்தவள் இல்லை. அதனால் இதைத் தனி நபரின் மரணமாகவே கருத முடியும் என்று கூறிவிடுகிறார்.

ராணி செய்வது மக்கள் உணர்வுக்கு எதிரானது என்று கருதும் டோனி பிளேர், தானே தொலைக்காட்சியில் தோன்றி டயானாவின் மறைவிற்கு இரங்கல் தெரிவிக்கிறார்.

பிரதமர் டோனி பிளேர் இரங்கல் தெரிவித்தது, மற்றும் கிளிண்டன், மண்டேலா என உலகத் தலைவர்கள் இரங்கல் தெரிவித்தது மக்களிடையே அனுதாபத்தை இன்னும் அதிகரிக்கிறது. இப்பொழுது அரண்மனை வாயிலில் பூங்கொத்துகள் வந்து மலையெனக் குவிகின்றன. இவ்வளவுக்குப் பிறகும் அரச மாளிகை மௌனமாக இருப்பது கண்டு பத்திரிகைகள் கண்டனம் செய்கின்றன. மக்களும் அதிருப்தியடைகின்றனர்.

இந்நிலையில் டோனி பிளேர், 'பக்கிங்ஹாம் அரண்மனையில் துக்கத்தைக் கடைப்பிடிக்கும் பொருட்டு, கொடி அரைக்கம்பத்தில் பறக்கவேண்டும்' என்று ராணியிடம் சொல்கிறார். இதை ராணியின் கணவர் கடுமையாக எதிர்க்கிறார். 'கடந்த 400 வருடங்களாக

யாருடைய மறைவிற்காகவும் கொடி அரைக் கம்பத்தில் பறந்த தில்லை' என்கிறார். அதற்கு, சார்லஸ் 'சூழ்நிலைக்குத் தகுந்தவாறு மாற்றிக்கொள்ள வேண்டியதுதானே' என்கிறார். ஆனால், யாரும் அதை ஏற்றுக்கொள்ளவில்லை. டோனி பிளேர் தன் வரம்பை மீறிச் செயல்படுகிறார் என்ற கோபம்தான் அனைவருக்கும் ஏற்படு கிறது.

மக்கள் தன் உணர்வுகளை வெளிப்படுத்தும் வகையில் அரண் மனையின் அருகே 'இரங்கல் புத்தகம்' ஒன்றையாவது வைக்க லாமே என்று ராணியிடம் அனுமதி கேட்க, ராணி அரை மன துடன் சரியென்கிறார்.

மக்கள் கூட்டம்கூட்டமாக வந்து, இரங்கல் புத்தகத்தில் தங்கள் வருத்தங்களைப் பதிவு செய்கின்றனர்.

டயானாவின் உடல் அடக்கத்திற்கு இன்னும் சில நாள்களே உள்ள நிலையில், ராணி இன்னும் மௌனம் சாதிப்பது கண்டு, பத்திரிகைகள், அரண்மனையில் இதயம் என்று ஒன்று உள்ளதா எனக் கடுமையாக எழுதுகின்றனர். அதேசமயம் டோனி பிளேரின் செயல்பாடுகளைப் பாராட்டி எழுதுகின்றன. அவர்தான் டயானா விஷயத்தில் எதாவது செய்ய வேண்டுமென்கின்றனர்.

டோனி பிளேர் மறுநாள் ராணிக்கு போன் செய்கிறார். 'இன்றைய செய்தித்தாள்களைப் பார்த்தீர்களா' என்கிறார். அதற்கு ராணி, 'பத்திரிகைகளின் விற்பனைக்காக ஆசிரியர்கள் செய்யும் வேலை இது' என்கிறார். ஆனால், அதை ஏற்றுக்கொள்ளாத பிளேர், 'தற்போதைய சூழ்நிலை, நீங்கள் நினைப்பதுபோல் இல்லை, மக்கள் கொந்தளிப்பில் இருக்கிறார்கள்' என்கிறார். அதற்கு, ராணி, 'எதாவது அறிக்கைவிட வேண்டுமா' என்கிறார். பிளேர், 'அதற்கான காலமெல்லாம் முடிந்துவிட்டது, நீங்கள் உடனடியாக கொடியை அரைக் கம்பத்தில் பறக்கவிடவேண்டும், உடனடியாக லண்டன் திரும்ப வேண்டும்' என்கிறார். அதற்கு ராணி, 'என் நாட்டு மக்களைப் பற்றி எனக்கு நன்றாகத் தெரியும், இந்தச் சோகமெல்லாம் விரைவில் மாறிவிடும். என்னால் நீங்கள் சொன்னதைச் செய்யமுடியாது' என்கிறார்.

டோனி பிளேர் மறுநாளும் ராணியிடம் பேசுகிறார். 'நிலைமை படு தீவிரமாக இருக்கிறது' என்றவர், 'பெரும்பாலான மக்கள் அரசாட்சி என்பதே இனித் தேவையில்லை என்று முடிவுக்கு வரத் தொடங்கிவிட்டனர். அதனால் உடனடியாக லண்டன் திரும்புங்கள்' என்றவர், டயானாவின் இறுதி ஊர்

வலத்திலும் கலந்துகொண்டே ஆகவேண்டும் என்கிறார். வேறு வழியற்ற ராணி 'பிரதமரின் ஆலோசனையைப் பின்பற்றுகிறேன்' என்கிறார்.

ராணி தன் குடும்பத்துடன் உடனடியாக லண்டன் திரும்பு கிறார். மறுநாள் செய்தித்தாள்கள் பிரதமர் டோனி பிளேரிடம் அடிபணிந்தது அரச மாளிகை என்று செய்தி வெளியிடுகின்றன.

ராணி தொலைக்காட்சியில் தோன்றி டயானாவின் பெருமைகளைச் சொல்லி இரங்கல் தெரிவிக்கிறார். ஒருவாறாக டயானாவின் நல்லடக்கம் முடிந்துவிடுகிறது.

இரண்டு மாதங்கள் கடக்கின்றன. டோனி பிளேர் இப் பொழுது ராணியைச் சந்திக்கப் போகிறார். டயானாவின் நல்லடக்கத்தின்போது தன் விருப்பத்திற்கு எதிராக நடந்த பல விஷயங்கள் ராணியின் மனதில் இன்னும் துன்பத்தைத் தந்து கொண்டிருக்கிறது என்பதை உணர்ந்துகொள்ளும் பிளேர், 'இறுதி நாட்களில் நீங்கள் நடந்துகொண்டவிதம் மக்களின் கோபத்தைத் தணித்துவிட்டது' என்கிறார். 'ஆனால், என்னைவிட டயானா மறைந்த வாரம் உங்களுக்குத்தான் பெரும் புகழ் ஈட்டித்தந்தது' என்கிறார் ராணி. அவர் வருத்தத்தைப் புரிந்துகொண்ட பிளேர், 'நீங்கள் எப்பொழுதும்போல்தான் இப்பொழுதும் மக்களால் நேசிக்கப்படுகிறீர்கள்' என்கிறார். ராணிக்குச் சமாதானம் ஆகாவிட்டாலும், 'சரி, நாம் இப்பொழுதைய வேலைக்கு வருவோம்' என்று சொல்லி, வரப்போகும் முதல் பாராளுமன்றக் கூட்டத்தொடர் பற்றிப் பேசத் தொடங்குகிறார்கள். அத்துடன் படம் முடிவடைகிறது.

2006இல் வெளியான 'குயின்' என்னும் இந்த பிரிட்டிஷ் திரைப்படத்தை இயக்கியவர் ஸ்டீபன் ஃப்ரீயர்ஸ்.

டயானா கார்விபத்தில் மறைந்த அந்த துக்ககரமான வாரத்தில், இங்கிலாந்து ராணி மற்றும் அவரது குடும்பத்தினரின் உணர்வுகள் எப்படியிருந்தன என்பதைப் பற்றி இப்படம் மிகவும் நுட்பமாகப் பேசுகிறது.

டயானா விவாகரத்தான பிறகு, அவள் அரச குடும்பத்தைச் சேர்ந்தவள் அல்ல, அதனால் அரச மரியாதை தேவையில்லை என்று சொல்லும்போது, டயானாவின் கணவர் சார்லஸ் வருத்தப் படுவார். அதுபற்றித் தன் அந்தரங்கச் செயலாளரிடம் பேசும் போது 'இரண்டு வகையான டயானா இருக்கிறாள். ஒன்று அரண் மனையின் இளவரசி டயானா, இன்னொன்று மக்களின்

டயானா... எந்த ஒன்று அரண்மனையில் உள்ளவர்களை வெறுக்கச் செய்ததோ அதுதான் மக்களை நேசிக்கச் செய்தது' என்பார்.

டோனி பிளேர் நவீன சிந்தனை உடையவராக இருந்தாலும் அவர் எப்பொழுதும் ராணியைப் பெரிதும் மதிக்கவே செய்கிறார். ஒருமுறை ராணியைச் சந்திக்கச் செல்லும் பொழுது, பதற்றத்துடன் இருப்பார். அப்பொழுது அவருடைய மனைவி, 'நீங்கள் நாட்டு மக்களால் தேர்ந்தெடுக்கப்பட்ட பிரதமர்' என்பார், அதற்கு டோனி பிளேர், இருக்கலாம், 'ஆனால், அவர் ராணி' என்பார்.

அதே போன்று மக்களின் உணர்வுகளுக்காகத்தான் ராணியை வற்புறுத்தி இறுதிச் சடங்கில் கலந்துகொள்ள வைப்பார். ஆனால், அது பற்றி அவருக்கு வருத்தம் இருக்கும். தன் ஆலோசகர்களிடம், 'ராணியைப் பற்றி உங்களுக்குத் தெரியவில்லை' என்பார். 'ராணி, ஐம்பது வருடங்களாக மக்கள் சேவையில் தன்னை அர்ப்பணித்துக் கொண்டவர், தன் பதவிக்காலத்தில் இன்றுவரை எத்தனையோ துயரங்களைப் பார்த்தவர், அத்தனை துயரங்களையும் ராணிக் குரிய மாண்புடன்தான் எதிர்கொண்டார்' என்பார்.

ஆமாம், அது உண்மைதான். ராணியும் ஒரு காட்சியில், 'டயானா மறைவிற்கு நான் வருந்தவில்லை என்று பலர் நினைக் கிறார்கள். ராணியான எனக்கு நாட்டிற்கான கடமையைவிட, சொந்தத் துக்கம் பெரிதில்லை என்றுதான் என் துக்கத்தை வெளிக் காட்டாமல் இருக்கிறேன். அப்படித்தான் நான் வளர்க்கப் பட்டேன்' என்பார்.

வெகு நேர்த்தியாகவும் கவித்துவமாகவும் இப்படம் எடுக்கப் பட்டுள்ளது. ராணியாக நடித்த ஹெலன் மிரன் நடிப்பு வியக்கத் தக்கது. படத்தில் ராணியாகவே வாழ்ந்திருக்கிறார் என்பது சம்பிர தாயமான சொல் அல்ல. இப்படத்தில் நடித்ததற்காகச் சிறந்த நடிகைக்கான ஆஸ்கார் விருது உட்பட பல்வேறு விருதுகளை வென்றுள்ளார்.

இப்படத்தைப் பார்த்த இங்கிலாந்து ராணி, ஹெலன் மிரனின் நடிப்பைப் பாராட்டியவர், பக்கிங்ஹாம் அரண்மனையில் தன்னுடன் விருந்து உண்ணவும் அழைப்பு விடுத்தார்.

அரச குடும்பத்தினர் டயானாவின்மீது குற்றம் கண்டாலும், மக்கள் டயானாமீது கொண்டிருந்த அபிமானம் அவர் சார்லசை விவாகரத்து செய்துவிட்டபிறகும் குறையவில்லை. டயானாவின் மறைவை மக்கள் தங்களின் சொந்தத் துக்கமாகவே கருதினார்கள்.

டயானா ஒரு நேர்காணலில், 'நான் இங்கிலாந்தின் ராணியாக விரும்பவில்லை, மக்களின் மனங்களில் ராணியாக வாழவே விரும்புகிறேன்' என்றார். அவர் தவறுகள் பல செய்ததாகக் கருதப்பட்டாலும் உண்மையில் அவர் தான் விரும்பியவாறு மக்களின் மனங்களில் இன்றும் ராணியாகத்தான் இருக்கிறார்.

❖

21

ஷாங்காய்
(SHANGHAI)

பாரத் நகர் குடியிருப்பில் உள்ள மக்களை அங்கிருந்து அகற்றிவிட்டு அங்கே இண்டர் நேஷனல் பிஸினஸ் பார்க் ஒன்றைக் கொண்டுவரத் திட்டமிடுகிறது அம்மாநில அரசாங்கம். அதை எதிர்த்துப் போராடுகிறார் சமூக நலப் போராளியான டாக்டர் அஹமத். போராடியதால் அஹமத் திற்கு என்ன ஆனது. அரசாங்கம் தான் நினைத் ததைச் சாதித்ததா என்பது பற்றியெல்லாம் பேசு வதுதான் ஷாங்காய் என்னும் திரைப்படம்.

பாரத் நகர் குடியிருப்பில் உள்ள ஏழை மக்களை அகற்றிவிட்டு, அந்த இடத்தில் இண்டர் நேஷனல் பிஸினஸ் பார்க் ஒன்றைக் கொண்டுவர எண்ணுகிறது அரசு. பாரத் நகரை சீனாவின் ஷாங்காய் நகரைப் போல் மாற்றிக்காட்டுவேன் என்றும் சொல்கிறார் முதல்வர். அத்திட்டத்திற்கு எதிராக 'யாருடைய நாடு யாருடைய வளர்ச்சி' என்ற புத்தகத்தை எழுதுகிறார் பொருளாதாரப் பேராசிரியரும், சமூகப் போராளியான டாக்டர் அஹமத்.

இண்டர்நேஷனல் பிஸினஸ் பார்க் திட்டத்திற்கு எதிரான வர்கள், வளர்ச்சிக்கு எதிரானவர்கள் என ஆளும் கட்சியினர் விமர்சிக்கின்றனர். டாக்டர் அஹமத் எழுதிய புத்தகத்தை விற்கும் கடைக்காரரை அடிப்பதுடன், கடையையும் அடித்து நொறுக்கு கிறார்கள்.

அன்று பாரத் நகரில் பிஸினஸ் பார்க் தொடர்பாக ஒரு பொதுக்கூட்டம் ஒன்றில் பேசவும் திட்டமிடுகிறார் டாக்டர் அஹமத். முதலில் அனுமதி கொடுத்திருந்த காவல் துறை, கடைசி நேரத்தில் கூட்டத்தை ரத்து செய்யச் சொல்கிறது. வேறு வழியற்ற அஹமத், ஒரு சிறிய அரங்கில் பேசலாம் என்கிறார்.

டாக்டர் அஹமத்தின் குழுவில் இருக்கும் ஷாலினி என்ற பெண்ணின் மூலம் அஹமத்தின் உயிருக்கு ஆபத்து எனச் செய்தி வருகிறது. ஆனால், டாக்டர் அஹமத் அதைப் பொருட்படுத்த வில்லை.

அன்று மாலை கூட்டத்தில் பேசும் அஹமத், ‘அரசாங்கம் சொல்வதுபோல் பிஸினஸ் பார்க் நமக்கு வளர்ச்சி அல்ல. அதனால் யாரும் நம் வீட்டு நிலத்தைக் கேட்டு பேப்பரை நீட்டினால் கையெழுத்துப் போட்டுவிடாதீர்கள்’ என்கிறார்.

கூட்டம் முடிந்து வெளியில் வந்தவர், தங்கள் குழுவினர் கட்சியினரால் தாக்கப்பட்டது தொடர்பாக காவல்துறையினரிடம் போய் விவாதம் செய்கிறார். அந்தச் சமயத்தில் எங்கிருந்தோ வேகமாக வரும் வாகனம் ஒன்று டாக்டர் அஹமத் மீது மோத, டாக்டர் அஹமத் தூக்கியெறியப்படுகிறார்.

படுகாயமடைந்த அஹமத்தை ஷாலினியும், நண்பர்களும் மருத்துவமனையில் கொண்டுபோய்ச் சேர்க்கின்றனர்.

விபத்து பற்றி அறிந்ததும் டாக்டர் அஹம்மதின் மனைவி அருணா டெல்லியில் இருந்து பாரத் நகருக்கு வருகிறார்.

உயிருக்குப் போராடிக்கொண்டிருக்கும் தன் கணவருக்கு நியாயமான விசாரணை வேண்டும், சி.பி.ஐ. இந்த வழக்கை விசாரிக்கவேண்டுமென்கிறார். நெருக்கடிக்கு ஆளான முதலமைச் சர், கிருஷ்ணன் ஐ.ஏ.எஸ். தலைமையில் விசாரணைக் கமிஷன் ஒன்றை அமைக்கிறார்.

கிருஷ்ணன் தொடக்கத்திலேயே போலீசார் சாட்சிகளை மறைக்கிறார்கள் என்பதைக் கண்டுகொள்கிறார். விசாரணையில் காவல்துறை அதிகாரிகள் ஒத்துழைப்புத் தர மறுக்கிறார்கள்.

இதற்கிடையில் ஷாலினி, வீடியோகிராப்பர் வினோத்தின் உதவியாளர் ஜோகியின் மூலம் வினோத்தைச் சந்திக்கிறார். அவர், 'டாக்டர் அஹமத் திட்டமிடப்பட்டுத்தான் தாக்கப்பட்டார் என்பதற்கான டேப் ஆதாரம் என்னிடம் இருக்கிறது' என்கிறார். 'ஆனால், அதற்குப் பெரும்பணம் வேண்டுமென்கிறார்.'

ஆனால், அன்று இரவே வினோத் விபத்து போன்று ஜோடிக்கப்பட்டு கொல்லப்பட்டுவிடுகிறார். ஜோகி அதிர்ச்சியடைகிறார். ஆனால், விரைவிலேயே கொலைக்கான டேப் ஆதாரங்களைப் பற்றிய விபரத்தைச் சொல்லி கட்சியினரிடம் பேரம் பேசியதால்தான் கொல்லப்பட்டார் என்பதைத் தெரிந்து கொள்கிறார்.

ஓரிருநாள் கழித்து ஷாலினி, ஜோகியைத் தேடிப் போகிறார். 'ஆதாரமாக இருக்கும் அந்த வீடியோ டேப்பைத் தந்தால் விசாரணை நடத்தும் கிருஷ்ணன் ஐ.ஏ.எஸ்.ஸிடம் தரலாம்' என்கிறாள். ஜோகி, தனக்கு டேப்பைப் பற்றி வினோத் எதுவும் சொல்லவில்லை. ஆனால், உனக்கொரு உதவி செய்யமுடியும். நாளை கூட்டணிக் கட்சித் தலைவர் தேஷ்நாயக்கின் பிறந்தநாள் விழா நடக்கிறது. அங்கு அஹமத் விபத்து நடக்கும்போது இருந்தவர்கள் வருவார்கள். அவர்களை வீடியோ எடுத்துத் தருகிறேன் என்பான்.

இதற்கிடையில் முதன்மைச் செயலாளர் கிருஷ்ணனைக் கூப்பிட்டு கடுமையாகக் கண்டிக்கிறார். போலீசாரின் கவனக் குறைவால்தான் விபத்து நடந்தது என்று கூறி விசாரணையை முடிக்காமல், ஏன் தேவையில்லாத வேலை செய்து கொண்டிருக்கிறாய் என்கிறார்.

வீட்டிற்கு வந்த கிருஷ்ணன் நெடுநேரம் யோசிக்கிறார். என்ன ஆனாலும் நேர்மையான முறையில் விசாரணை நடத்துவது என்று முடிவு செய்கிறார். ஷாலினி, ஜோகி கொடுத்த சி.டி. ஆதாரத்தின் அடிப்படையில் கூட்டணிக் கட்சித் தலைவர் தேஷ்நாயக் உட்பட பலருக்கு சம்மன் அனுப்புகிறார்.

சம்மன் பல பிரச்சினைகளைக் கிளப்பி விடுகிறது. கிருஷ்ணனது வீடு தாக்கப்படுகிறது. ஜோகியின் ஸ்டுடியோ அடித்து உடைக்கப்படுகிறது. தேஷ்நாயக்கின் ஆட்கள் கலவரத்திலும் ஈடுபடுகின்றனர். கலவரத்தைப் பயன்படுத்தி அஹமத் கொலையில் சம்பந்தப்பட்ட பக்குவையும் கொன்று தெருவில் வீசிவிடுகின்றனர்.

அடுத்த நாள் கிருஷ்ணன் முதல்வரைச் சந்திக்கிறார். முதல்வர், 'விசாரணையை நிறுத்திவிடுங்கள், இதுவரை நடத்திய

விசாரணையின் அறிக்கையை நாளை என்னிடம் தந்துவிடுங்கள்' என்கிறார். கிருஷ்ணன் வேறுவழியின்றி சரியென்கிறார்.

இந்நிலையில் வீடியோகிராப்பர் ஜோகி, இனி இங்கிருந்தால் தனக்கு ஆபத்து என்று நினைத்து அன்று இரவு தன் ஊருக்குப் போகத் திட்டமிடுகிறார். ஒரு தருணத்தில் வினோத் தன்னிடம் கொலை தொடர்பாகப் பேசியது நினைவுக்கு வர, தன் வீடியோ கடைக்குப் போகிறான். அடித்து நொறுக்கப்பட்டுக் கிடக்கும் கடையிலிருந்து, கணினியின் சி.பி.யூவை மட்டும் எடுத்துக்கொண்டு கிருஷ்ணன் தங்கியிருக்கும் ஹோட்டலுக்குப் போகிறான்.

தேஷ்நாயக்கும், முதல்வரும் டாக்டர் அஹமத்தைக் கொல்லத் திட்டமிட்ட உரையாடலை கிருஷ்ணனிடம் போட்டுக்காட்டு கிறார். கிருஷ்ணன் முதல்வருக்கும் இதில் பங்கு இருக்கிறதென்று தெரிந்து திகைத்துப்போகிறார்.

அன்று இரவு இண்டர்நேஷனல் பிஸினஸ் பார்க் துவக்க விழாவிற்குப் போகிறார் கிருஷ்ணன். தன்னிடம் இருக்கும் ஆதாரங்கள் அனைத்தையும், விழாவிற்கு வந்திருக்கும் மத்திய உள்துறை அமைச்சரின் உதவியாளர் மூலம் மத்திய உள்துறை அமைச்சரிடம் சேர்ப்பிக்கிறார். மத்திய அரசு முதலமைச்சரை விசாரிக்க விசாரணைக் கமிஷன் அமைக்கிறது.

இந்நிலையில் ஆஸ்பத்திரியில் இருக்கும் டாக்டர் அஹமத் சிகிச்சை பலனின்றி இறக்கிறார். டாக்டர் அஹமத்தின் மனைவி அருணா இப்பொழுது புதிய முதலமைச்சராக்கப்படுகிறார். ஏற்கனவே திட்டமிட்டபடி, பாரத் நகர் குடியிருப்புகள் இடிக்கப் பட்டு, இண்டர்நேஷனல் பிஸினஸ் பார்க் திட்டம் துவங்குகிறது. அத்துடன் படம் நிறைவடைகிறது.

ஷாங்காய் என்னும் இந்த இந்தித் திரைப்படம் 2012இல் வெளியானது. இந்தத் திரைப்படத்தின் இயக்குநர் திபாகர் பானர்ஜி. இவர் ஹிந்தி சினிமாவின் முக்கியமான திரைப்பட இயக்குநர்களில் ஒருவர்.

இந்தத் திரைப்படம் 1960இல் வெளியான 'Z' என்னும் கிரேக்க நாவலைத் தழுவி எழுதப்பட்டது. இந்த நாவலை எழுதிய வர் வாஸிலிஸ் வாஸிலிகோஸ். ஏற்கனவே இந்த நாவல் புகழ் பெற்ற பிரெஞ்சுத் திரைப்பட இயக்குநரான கோஸ்டா காவ்ராஸ் இயக்கத்தில் 'Z' என்னும் பெயரிலேயே 1969இல் திரைப்படமாக வெளிவந்தது.

ஷாங்காய் படத்திற்கு இயக்குநர் திபாகர் பானர்ஜி நாவலாசிரி யரிடம் அனுமதி வாங்கச் சென்றபோது 55 ஆண்டுகளுக்குப் பிறகும் இந்நாவலைத் திரைப்படமாக்க வேண்டிய தேவை இருக்கிறதா என்று ஆச்சரியம் அடைந்துள்ளார்.

படு விறுவிறுப்பாக அதே சமயம் அடர்த்தியான திரைக்கதை அமைப்பு கொண்டிருக்கும் இத்திரைப்படம் பல கேள்விகளை எழுப்புகிறது. ஒரு காட்சியில் டாக்டர் அஹமத் 'முதலில் உங்கள் வீடுகளை எடுத்துக்கொள்வார்கள். பிறகு உங்கள் நிலங்களை எடுத்துக்கொள்வார்கள். அதன்பிறகு நீங்கள் வீட்டு உரிமையாளர் களாக இருந்த இடத்தில் அமைந்த வணிக வளாகத்தில் உங்களை வாட்ச்மேன் ஆக்குவார்கள். இதுதான் வளர்ச்சியா' என்பார். நம்மைச் சிந்திக்கவைக்கும் கேள்வி இது.

சமூக நலனுக்காகப் போராடுபவர்கள் கொல்லப்படுகிறார்கள் என்ற அதிர்ச்சிகரமான விஷயத்தையும் படம் பேசுகிறது. டாக்டர் அஹமத் எந்த இண்டர்நேஷனல் பிஸினஸ் பார்க் அமையக்கூடாது என்று போராட்டம் நடத்தினாரோ எந்தப் போராட்டத்திற்காகத் தன் உயிரை இழந்தாரோ அதே திட்டத்தை அவரது மனைவி யையே முதல்வராக்கிக் கொண்டுவருவது அதைவிட அதிர்ச்சி கரமானது.

இப்படம் எடுக்க எது தூண்டுதலாக இருந்தது என்பதுபற்றி இயக்குநரிடம் கேட்டபோது அவர் இவ்வாறு பதில் சொன்னார்.

'என் வாழ்க்கை அனுபவங்களிலிருந்துதான் நான் ஒவ்வொரு படத்தையும் எடுக்கிறேன். நான் மும்பையிலுள்ள பரேலில் குடியிருந்தபொழுது என் வீட்டுக்கு அருகில் இருந்த குடியிருப்பில் இருந்தவர்கள் அங்கு அடுக்குமாடி ஒன்று வருவதற்காக காலி செய்ய வைக்கப்பட்டார்கள். பல ஆண்டுகளாக அங்கு குடி யிருந்தவர்கள் திடீரெனக் காலிசெய்தது எனக்கு வருத்தமாக இருந்தது. அது என் மனதிலும் பதிந்துவிட்டது.

அதே சமயம் இந்தப் படம் வெளிவந்தபோது என்னை வளர்ச்சிக்கு எதிரானவனா என்று கேட்டார்கள். நான் எந்த வளர்ச்சிக்கும் எதிரானவன் இல்லை. ஆனால், வளர்ச்சி என்பது அனைவருக்கும் வளர்ச்சியாக இருக்க வேண்டும் அல்லவா. வளர்ச்சித் திட்டமானது நீதியுடன் நடுநிலையுடன் செயல்பட வேண்டுமல்லவா' என்றார்.

காலங்காலமாக ஒரே இடத்தில் இருக்கும் நடுத்தர, அடித் தட்டு மக்களின் வீடுகள் திடீரென வந்து முளைக்கும் பெரும்

பெரும் அடுக்குமாடிக் குடியிருப்புகளாலும் வணிக வளாகங் களாலும் தங்கள் வீட்டின் பொலிவை இழக்கின்றன. உடனே பணம் படைத்தவர்கள் அவர்களைத் தூக்கி நகரத்திற்கு வெளியே எறிய நினைக்கிறார்கள். பேசும் அதிகாரமற்ற ஜனங்கள் மௌன மாக காலிசெய்துவிடுகிறார்கள். ஷாங்காய் திரைப்படத்திலும் இதுதான் நடக்கிறது.

ஏழ்மையை அகற்றுவது கடினம் என்பதால் ஏழைகளை அகற்றும் எளிய வேலைகளைச் செய்துவிடுகிறது பணக்கார வர்க்கத்திற்கான அரசாங்கம்.

❖

22

இன்னசென்ட் வாய்சஸ்
(Innocent voices)

இன்னசென்ட் வாய்சஸ் என்னும் இப்படம் தென்னமெரிக்காவில் உள்ள எல் சல்வடோர் நாட்டில் நடந்த உள்நாட்டுப் போர் பற்றியது. 1980 காலகட்டத்தில் சல்வடோர் ராணுவத்திற்கும் விவசாயிகளுக்கும் இடையே மோதல் உருவானது. விவசாயிகள் எப்.எம்.எல்.என். என்ற கொரில்லாப் படையை உருவாக்கி, ராணுவத்துடன் மோதத் தொடங்கினார்கள். அது உள்நாட்டுப் போராக உருமாறியது. அந்தப் போர் 12 ஆண்டுகள் நீடித்தது. அந்தக் காலகட்டத்தில் ராணுவம் 12 வயதானதும் சிறுவர்களைப் பிடித்துக்கொண்டு போய் வலுக்கட்டாயமாக ராணுவ வீரர்களாக்கி விடும். சாவிட்டா போன்ற சிறுவர்கள் அப் பொழுது அனுபவித்த கொடுந் துன்பங்கள்தான் இத்திரைப்படம்.

1980இல் உள்நாட்டுப் போர் தொடங்கிய போது சாவிட்டாவுக்கு 5 வயது. போர் தொடங்கிய மறுகணமே சாவிட்டாவின் தந்தை

குடும்பத்தை விட்டுவிட்டு அமெரிக்காவிற்குத் தப்பிச் செல்கிறார். சாவிட்டா, அவனது சகோதரி, 2 வயது தம்பி, அம்மா, அருகி லுள்ள கிராமத்தில் வசிக்கும் பாட்டி இதுதான் அவர்களது குடும்பம். அவர்களது குடும்பம் கஸ்காடான்சிங்கோ என்னும் கிராமத்தில் வசித்து வந்தது. அங்குதான் ராணுவத்திற்கும் கொரில் லாக்களுக்குமான துப்பாக்கிச் சண்டை அடிக்கடி நடக்கும். மாலை ஆனதும் ஊரடங்கு உத்தரவு பிறப்பிக்கப்பட்டுவிடும்.

சாவிட்டாவின் அம்மா முன்பு நகரத்திற்குப் போய் வேலை செய்து வந்தாள். போர் உக்கிரமான பிறகு வேலையை விட்டு விட்டு, வருமானத்திற்காக வீட்டிலேயே துணி தைக்கிறாள்.

சாவிட்டா அம்மா தைத்த துணிகளைக் கொண்டுபோய் நகரத்திற்குள் விற்றுவருவான். துணிகளின் விற்பனை குறைவாக இருப்பதால், பஸ்ஸில் கண்டக்டர் வேலை கிடைக்க, அதில் சேருகிறான்.

பள்ளி முடிந்ததும், பஸ்ஸில் வேலை. அதன் பிறகு வீடு திரும்புவான். சாவிட்டா வேலைசெய்வது அம்மாவுக்குப் பிடிக்க வில்லை என்றாலும், வேறுவழியில்லை என்பதால் சரியென்கிறாள். ஆனால், என்ன ஆனாலும் இருட்டுவதற்குள் வீடு திரும்பிட வேண்டும் என்கிறாள்.

சாவிட்டாவிற்கு இப்பொழுது 11 வயது. அவனது அடுத்த பிறந்தநாளை நினைத்தாலே அவனுக்கு நடுக்கம் வந்துவிடும். அவனது அம்மாவுக்கும் அது பற்றியே எப்பொழுதும் யோசனை.

ஒருநாள் அவனது வீட்டிற்கு அவனது மாமா பீட்டோ வருகிறார். அன்று இரவு ராணுவத்தினருக்கும் கொரில்லாப் படைக்கும் துப்பாக்கிச் சூடு நடக்கிறது. வீட்டிற்குள் இருக்கும் மாமாவும் துப்பாக்கி எடுத்துக்கொண்டு ராணுவத்துடன் சண்டை யிடுகிறார். இதைப் பார்க்கும் சாவிட்டாவின் அம்மா சகோதர னும் கொரில்லாப் படையில் சேர்ந்துவிட்டார் என்பதைத் தெரிந்துகொண்டு அதிர்ச்சியடைகிறாள்.

மறுநாள் பீட்டோ கிளம்பும்போது சாவிட்டாவைத் 'தன் னுடன் அழைத்துச் செல்கிறேன்' என்கிறார். 'எப்படியானாலும் அடுத்த வருடம் ராணுவம் அவனைக் கூட்டிக்கொண்டு போகத் தானே போகிறது' என்கிறார். ஆனால், சாவிட்டாவின் அம்மா அதற்குச் சம்மதிக்கவில்லை.

ஒரு மதிய வேளையில் சாவிட்டாவின் பள்ளியில் அவனும் அவனது நண்பர்களும் விளையாடிக்கொண்டிருக்கின்றனர்.

அப்பொழுது ராணுவ வீரர்கள் பள்ளியினுள் வருகிறார்கள். அண்டோனியா உட்பட பலரையும் அழைத்துச் செல்கின்றனர். சற்றுமுன் தன்னுடன் விளையாடிக்கொண்டிருந்த அண்டோனியாவை ராணுவத்தினர் அழைத்துச்சென்றது கண்டு சாவிட்டா அதிர்ச்சியடைகிறான். தானும் ஒருநாள் இதுபோன்று அழைத்துச் செல்லப்படுவோம் என்பதையும் உணர்ந்துகொண்டு கலக்கமடைகிறான்.

பள்ளிக்கூடம், பஸ்ஸில் வேலை, இரவானால் துப்பாக்கிச் சூடு சத்தம் என சாவிட்டாவின் வாழ்க்கை நகர்கிறது.

ஒருநாள் கொரில்லாப் படையைச் சேர்ந்த ஒருவர், நாளை ராணுவம் சிறுவர்களைப் பிடித்துக்கொண்டுபோக வருகிறது என்ற செய்தியைச் சாவிட்டாவிடம் சொல்கிறார். சாவிட்டாவும் மற்ற சிறுவர்களும் இந்தத் தகவலை எல்லாருக்கும் கொண்டுபோய்ச் சேர்க்கின்றனர். அனைவரும் சிறுவர்களை மறைத்து வைக்கின்றனர். ஆனாலும், ராணுவத்தினர் குடும்பத்தினரை அடித்து உதைத்து, சிறுவர்களைக் கண்டுபிடித்து அழைத்துச்செல்கின்றனர். இருந்தாலும் வீட்டின் தாழ்வாரத்தின்மேல் பதுங்கிக் கிடந்த சிறுவர்கள் பலர் தப்பிக்கின்றனர்.

மறுநாள் ஒரு சிறுவனின் மூலம் தன் நண்பன் மார்கோஸ் கொரில்லாப் படையில் சேர்ந்துவிட்டதை அறிகிறான் சாவிட்டா. இதைத் தன்னுடைய இன்னொரு நண்பனிடம் சொல்ல, அவன் நாமும் கொரில்லாப் படையில் சேர்ந்துவிடலாம் என்கிறான்.

நள்ளிரவில் யாருக்கும் தெரியாமல் சாவிட்டாவும் நண்பனும் வீட்டைவிட்டு வெளியேறி, கொரில்லாப் படையில் சேரப் போகும் போது இவர்களைப் பார்த்துவிடும் ராணுவத்தினர், பின் தொடர்ந்துவந்து தாக்குதல் நடத்துகின்றனர். பலர் தப்பிவிட சாவிட்டாவும் அவனது நண்பர்களும் மட்டும் மாட்டிக்கொள் கின்றனர். இப்பொழுது அவர்களைக் கொல்வதற்காக ராணு வத்தினர் அழைத்துச் செல்கின்றனர்.

அதேநேரத்தில் சாவிட்டாவின் பாட்டியின் மூலம் சாவிட்டா வின் அம்மாவிற்குச் சற்று நேரத்தில் ராணுவம் இங்கிருக்கும் வீடுகளை எல்லாம் கொளுத்தப் போகிறது என்ற தகவல் கிடைக் கிறது. தன் குழந்தைகளை எழுப்பும் அம்மா சாவிட்டா இல்லாதது கண்டு திடுக்கிடுகிறாள். பாட்டி, தன் மகளைச் சமாதானப்படுத்தி உடனே கிளம்புவோம், போகும் வழியில் அவனைத் தேடிக் கொள்ளலாம் என்கிறாள்.

ராணுவத்தினர் சாவிட்டா உள்ளிட்ட சிறுவர்களை ஓரிடத்தில் மண்டியிட்டு அமரச் செய்கிறார்கள். ஒவ்வொரு சிறுவனாகச் சுடுகின்றனர். சாவிட்டாவைச் சுடப்போனபோது, அங்கு வரும் கொரில்லாப் படை, அவனைக் காப்பாற்றுகிறது.

சாவிட்டா தன் வீட்டை நோக்கி ஓடுகிறான். இதற்கிடையில் சாவிட்டாவின் அம்மாவும் தன் குழந்தைகளைப் பாட்டியிடம் ஒப்படைத்துவிட்டு, சாவிட்டாவைத் தேடி வருகிறாள். தப்பித்து ஓடிவரும் சாவிட்டா தன் வீட்டருகே வருகிறான். வீடு தீப்பற்றி எரிவதைப் பார்க்கிறான். சற்றுநேரத்தில் வீடே கரிக்கட்டையாகி விடுகிறது. அழுதபடி அங்கேயே அமர்கிறான். அப்போது அவனைத் தேடி அம்மாவும் அங்கே வருகிறாள். இனித் தன் மகனைக் காணமாட்டோம் என பயந்திருந்தவள் சாவிட்டாவை நேரில் பார்த்ததும் கண்ணீர்மல்கக் கட்டித்தழுவுகிறாள்.

இனிமேலும் சாவிட்டா இங்கிருந்தால் அவனது உயிருக்கு ஆபத்து என்று நினைத்து, அவனை அமெரிக்காவிற்குத் தப்பித்துப் போக வைக்கிறாள். 'என் தம்பிக்கு 12 வயது ஆவதற்குள் நான் திரும்பி வந்து அவனைக் கூட்டிச் செல்வேன்' என்ற சாவிட்டாவின் குரல் ஒலிப்பதோடு படம் முடிவடைகிறது.

உலக சினிமாவில் மிக முக்கியமான திரைப்படமான இன்னசென்ட் வாய்சஸ் என்னும் இந்த மெக்சிகன் திரைப்படம் 2004இல் வெளிவந்தது. படம் வெளியானபோது பெரும் பாராட்டையும் பல்வேறு விருதுகளையும் பெற்றது.

இனிமையான குழந்தைப் பருவம் வாய்த்தவர்களை அதிர்ஷ்டசாலிகள் என்பார்கள். ஆனால், அந்த அதிர்ஷ்டம் சல்வடோர் நாட்டின் எழுபதுகளில் பிறந்த குழந்தைகளுக்குக் கிடைக்கவில்லை.

இப்படம் எல் சல்வடோர் நாட்டில் உள்நாட்டுப் போரில் சிக்கித் துன்பத்தை அனுபவித்த ஆஸ்கார் டோரஸ் என்பவரின் குழந்தைப் பருவ அனுபவத்திலிருந்துதான் எடுக்கப்பட்டுள்ளது. ஆஸ்கார் டோரஸ் இப்படத்திற்கான திரைக்கதையை இயக்குநர் லூயிஸ் மாண்டோக்கியுடன் இணைந்து எழுதியுள்ளார்.

"இப்படத்திற்கு திரைக்கதை எழுதியது மிகவும் வலி நிறைந்த அனுபவமாக இருந்தது, ஒவ்வொரு காட்சியையும் அழுது கண்ணீர் வடிக்காமல் எழுதியதில்லை" என்றார் ஆஸ்கார் டோரஸ். ஏறக்குறைய அதே வலிதான் படத்தை இயக்கிய மாண்டோக்கிற்கும் இருந்தது. 'தான் இதுபோன்ற துயரத்துடன் எந்த ஒரு படத்தையும் இயக்கியதில்லை' என்று சொல்லும் மாண்டோக்கி, 'அதே சமயம் இப்படம்போல் வேறு எந்தப் படமும் எனக்குப் புகழை ஈட்டித் தந்தது இல்லை' என்றும் சொன்னார்.

இத்திரைப்படம் எல் சல்வடோர் நாட்டில் திரையிடப்பட்டு பல மாதங்கள் ஓடியுள்ளது. ஒவ்வொரு பள்ளியிலும் இப்படம் மாணவர்களுக்குத் திரையிட்டுக் காண்பிக்கப்பட்டுள்ளது.

பால்ய காலத்தில் பிறந்தநாள் என்பது நமக்குக் கொண்டாட்டமான நாள். ஆனால், சிறுவனான சாவிட்டாவிற்கு அது இல்லை. அவனது 12வது பிறந்தநாளின் போது 12 மெழுகு வர்த்திகள் கேக்கில் ஏற்றப்பட்டிருக்கும். அவனது அம்மா சட்டென ஒரு மெழுகுவர்த்தியை கேக்கிலிருந்து எடுத்து 'சாவிட்டா விற்கு 11 வயதுதான் ஆகிறது' என்பாள். ஏனென்றால் 12வது பிறந்தநாளுக்குப் பிறகு அவன் சிறுவனாக இருக்கமுடியாது. ராணுவவீரன் ஆக்கப்பட்டுவிடுவான்.

இப்படத்தில் ஆண்கள் ஊரைவிட்டு ஓடுபவர்களாக இருக்க, பெண் கதாபாத்திரங்கள் தைரியமானவர்களாகப் படைக்கப்பட்டி ருப்பார்கள். போர்க்காலத்தில் குடும்பத்தைத் தனியாக விட்டு விட்டு கணவன் தப்பி ஓடிவிட்ட பிறகும் சாவிட்டாவின் அம்மா தன் குழந்தைகளைக் காப்பாற்ற நடத்தும் போராட்டம் நம்மை உருக வைக்கும். சாவிட்டாவின் பாட்டியும் வீரமிக்கவளாகத்தான் இருப்பாள். ஒரு காட்சியில் தன் மகளிடம் 'உன்னைவிட்டுப் போன கணவன் திரும்ப வருவான் என்று கனவு காணாதே. உன் தோளை நிமிர்த்தி நில். போனதைப் பற்றித் துயரப்படாமல் இருப்பவர்களைப் பாதுகாக்கப் பார், போராடு' என்பார்.

படத்தில் நம்மை நெகிழ வைக்கும் காட்சியில் இதுவும் ஒன்று. ஒரு கட்டத்தில் சாவிட்டா கொரில்லாக்களுடன் சேர்ந்துவிடு வான். ராணுவப் படையைச் சேர்ந்த ஒருவன் கொரில்லாப் படையைச் சேர்ந்த ஒருவனைக் கொன்றதும், கோபம் கொள்ளும் சாவிட்டா அவனைச் சுடத் துப்பாக்கியை எடுப்பான். சுடப் போகும்போதுதான் அவன் தன் பள்ளித் தோழன் என்று தெரி கிறது. அதன்பிறகு துப்பாக்கியைக் கீழே போட்டுவிட்டு ஓடி விடுவான். ஒன்றாக ஓடி விளையாட வேண்டிய சிறுவர்களை ஒருவர் மார்பில் இன்னொருவர் துப்பாக்கி ஏந்த வைத்த போர் எவ்வளவு கொடூரமானது.

படத்தின் இறுதியில் சர்ச் ஃபாதர், ராணுவ வீரர்களை நோக்கிக் 'கடவுள் என்று ஒருவர் இருந்தால் இங்கு போர் இருக் காது' என்பார். கருணையற்ற ராசபக்சேக்கள் கடவுளைப் பலியிட்டுவிட்டுத்தான் போர் தொடங்குவார்கள் என்பது அந்தப் ஃபாதரைப்போல நமக்கும் தெரியவில்லை.

❖

23

தி அயர்ன் லேடி
(The Iron Lady)

தன் துணிவான செயல்பாடுகளுக்காக 'இரும்புப் பெண்மணி' என்று பாராட்டப்பெற்ற இங்கிலாந்தின் முன்னாள் பிரதமர் மார்கரெட் தாட்சரின் இளமைப்பருவம் தொடங்கி, அவரது அரசியல் வாழ்க்கையில் அவர் எதிர்கொண்ட சவால்கள், அதில் அவர் பெற்ற வெற்றிகள், அவர் அடைந்த தோல்விகள் என அனைத்தையும் பற்றிப் பேசும் படம்தான் 'தி அயர்ன் லேடி.'

படத்தின் கதை 2008 செப்டம்பரில் தொடங்குகிறது. மார்கரெட் தாட்சருக்கு இப்பொழுது 83 வயது. சமீப நாட்களாக மனச்சிதைவு நோயால் அவதிப்பட்டுக்கொண்டிருக்கிறார். அவரின் கணவர் டெனிஸ் தாட்சர் இறந்துவிட, மார்கரெட் தற்பொழுது அவரின் மகள் கரோலின் பராமரிப்பில் இருக்கிறார்.

அன்று காலையில், சமீபத்தில் வெளியான அவரது சுயசரிதை நூலில் கையெழுத்திடுவதற்காக

புத்தகங்களைக் கொண்டுவந்து மேஜையில் வைக்கிறார் அவரது உதவியாளர்.

மார்கரெட் தாட்சர் ஒவ்வொரு புத்தகமாக எடுத்து கையெழுத்திடுகிறார். ஏதோ ஒரு ஞாபகத்தில் ஒரு புத்தகத்தில் மார்கரெட் தாட்சர் என்று கையெழுத்திடாமல் மார்கரெட் ராபர்ட்ஸ் என்று தன் தந்தையின் பெயரை இணைத்து எழுதிவிடு கிறார். கதை இப்பொழுது அவரது இளமைக்காலத்திற்குச் செல்கிறது.

மார்கரெட் தாட்சரின் தந்தை ராபர்ட்ஸ் பலசரக்குக் கடை ஒன்றை வைத்திருக்கிறார். மார்கரெட் தன் ஓய்வு நேரங்களில் தன் தந்தைக்குத் துணையாகக் கடையில் இருக்கிறார். ராபர்ட்ஸ் கன்சர்வேட்டிவ் கட்சியைச் சேர்ந்தவர். ராபர்ட்ஸின் அரசியல் பேச்சுக்களை சிறுவயதிலிருந்து கவனித்துவரும் மார்கரெட்டிற்கும் இயல்பிலேயே அரசியல் ஆர்வம் ஏற்படுகிறது.

நன்றாகப் படிக்கக் கூடிய மார்கரெட்டிற்குப் பெருமைக்குரிய ஆக்ஸ்போர்டு பல்கலைக்கழகத்தில் இடம் கிடைக்கிறது. படித்து முடித்தவர் ஒரு கட்டத்தில் தீவிர அரசியலில் ஈடுபடுகிறார். அந்தச் சமயத்தில்தான் கட்சியில் இருக்கும் டெனிஸ் தாட்சரை விரும்பி மணந்துகொள்கிறார். இனிய திருமணவாழ்க்கையில் ஆண், பெண் என இரட்டைக் குழந்தைகள் அவர்களுக்குப் பிறக்கின்றன.

சில வருட இடைவெளிக்குப் பின் 1959இல் பின்ச்ளே தொகுதியில் நின்று பாராளுமன்ற உறுப்பினராகிறார்.

காலம் நகர்கிறது. 1970இல் எட்வர்டு ஹீத் தலைமையிலான கன்சர்வேட்டிவ் கட்சி ஆட்சியைக் கைப்பற்றுகிறது. அதில் கல்வி மற்றும் அறிவியல்துறை அமைச்சராகிறார் மார்கரெட் தாட்சர்.

ஹீத் ஆட்சிக்காலம், கடுமையான வேலையில்லாத் திண்டாட்டம், தொழிற் சங்கங்களின் தொடர் ஸ்டிரைக்குகள், மின்வெட்டு எனப் போராட்ட காலமாக இருக்கின்றது. இதனால் அடுத்து வந்த தேர்தலில் கன்சர்வேட்டிவ் கட்சி ஆட்சியை இழக்கிறது.

அந்தக் காலகட்டத்தில் மார்கரெட் தாட்சரின் தீவிர செயல் பாடுகளால், கட்சிக்குள் அவரது செல்வாக்கு பெருகுகிறது. விரை விலேயே கட்சித் தலைவராகிறார். அடுத்து நான்கு ஆண்டுகள் கழித்து 1979இல் நடந்த பொதுத் தேர்தலில் வெற்றிபெற்று, பிரிட்ட னின் முதல் பெண் பிரதமர் என்ற சரித்திர சாதனையையும் புரிகிறார்.

பிரதமராகப் பதவியேற்றபின் அடுத்துவந்த ஆண்டுகள் அவருக்குச் சுலபமானதாக இல்லை. நாட்டின் பணவீக்கத்தைக் குறைக்க அவர் எடுத்த கடுமையான நடவடிக்கைகள் மக்களி டையே பெரும் அதிருப்தியை ஏற்படுத்தியது.

அந்தச் சமயத்தில் அர்ஜெண்டினா உடன் போர் புரிய வேண்டிய நிலை ஏற்படுகிறது. ஃபாக்லாந்து தீவை அர்ஜெண்டி னாவிடமிருந்து மீட்க, பிரிட்டிஷ் படைகளை அனுப்பி தீரமுடன் போரிட வைக்கிறார். யாரும் எதிர்பார்க்காத வகையில் பெரும் வெற்றியடைகிறார்.

போரில் வெற்றி பெற்றது, அத்துடன் அந்தச் சமயத்தில் பண வீக்கம் குறைந்தது, தொழிற்துறையில் ஏற்பட்ட முன்னேற்றம் இதெல்லாம் இணைந்து மார்கரெட் தாட்சரை மீண்டும் விருப்பத் திற்குரிய தலைவராக மாற்றுகிறது.

அடுத்துவந்த பொதுத் தேர்தல், அதற்கடுத்த பொதுத் தேர்தல் எனத் தொடர்ந்து மூன்றுமுறை வெல்கிறார்.

கதை இப்பொழுது 1990க்கு வருகிறது. கட்சிக்குள் எப்பொழு தும் இருக்கும் அதிகாரச்சண்டை இப்பொழுது அதிகமாகிறது. அந்தச் சமயத்தில் தாட்சர் விதித்த ‘கம்யூனிட்டி சார்ஜ்’ என்னும் அனைவருக்கும் பொதுவான வரி, நாட்டு மக்களிடையே கொந் தளிப்பை ஏற்படுத்துகிறது. கோடீஸ்வரனும், பரம ஏழையும் எப்படி ஒரே மாதிரி வரி செலுத்த முடியும் என்று அமைச்சர்கள் எதிர்க் கின்றனர்.

அந்தச் சமயத்தில் துணைப் பிரதமர் ஜெப்ரி, தாட்சர் தன்னை அவமானப்படுத்தினார் எனப் பதவி விலக, தாட்சருக்கு நெருக்கடி முற்றுகிறது. ஒரு கட்டத்தில் தாட்சர் பதவி விலகுகிறார். அவரு டைய தொடர்ந்த 11 ஆண்டுக்கால ஆட்சி முடிவுக்கு வருகிறது.

கதை இப்பொழுது நிகழ்காலத்திற்கு –2008–ற்கு வருகிறது. தாட்சரின் உதவியாளர், இன்று நீங்கள் பாராளுமன்ற மேல வைக்குப் போக வேண்டுமென்கிறார். ஆனால், தாட்சர் ‘இனி நான் எங்கும் போகமாட்டேன்’ என்கிறார். அரசியலுக்காகத் தன் குடும்ப வாழ்க்கையை இழந்துவிட்டதாகக் கருதும் தாட்சர், தான் இத்தனைநாளும் செய்யாத வீட்டுவேலையை மகிழ்ச்சியுடன் செய்கிறார். அத்துடன் படம் நிறைவடைகிறது.

2011இல் வெளியான ‘தி அயர்ன் லேடி’ என்னும் இந்த பிரிட்டிஷ் திரைப்படத்தை இயக்கியவர் பெண் இயக்குநரான ப்யூலிடா லயோடு. மார்கரெட் தாட்சரின் அரசியல் வாழ்க்கை யின் எழுச்சிகளையும் வீழ்ச்சிகளையும் பற்றிப் பேசும் இத்திரைப்

படம், எந்த ஒரு பின்புலமும் இல்லாமல், போராட்ட குணம் கொண்ட ஒரு எளிய பெண் மூன்றுமுறை தொடர்ந்து பிரதமரான கதையையும் சொல்கிறது.

மார்கரெட் தாட்சராக நடித்த மெரில் ஸ்ட்ரீப்பின் அசாத்திய மான நடிப்பிற்காக, சிறந்த நடிகைக்கான ஆஸ்கார் விருது உள்ளிட்ட பல்வேறு விருதுகள் கிடைத்தன. சிறந்த ஒப்பனைக் கான ஆஸ்கார் விருதையும் இத்திரைப்படம் வென்றது.

மார்கரெட் தாட்சர் பல இடங்களில் மளிகைக்கடைக்காரர் மகள் என்று கிண்டல் செய்யப்படுவார். ஆனால், தாட்சர் அதைப் பெருமையாக எடுத்துக்கொண்டாரே தவிர, இழிவாக எடுத்துக் கொள்ளவில்லை. மளிகைக்கடைக்காரரான அவருடைய தந்தை யின் வழிகாட்டுதல் இல்லாவிட்டால், அவர் அரசியலில் அடி யெடுத்தே வைத்திருக்கமாட்டார். அவரின் தந்தை எப்பொழுதும் சொல்வார், ‘கூட்டத்தின் பின்னே போகாதே, உன் மனதுக்கு எது சரியென்று படுகிறதோ அந்த வழியில் போ’ என்பார். தன் வாழ்க்கை முழுவதும் தாட்சர் அதைப் பின்பற்றினார் என்றுதான் சொல்லவேண்டும்.

பிரிட்டன் கடுமையான பொருளாதார நெருக்கடியில் சிக்கித் தவித்தபோது, அரசு நலத் திட்டங்களுக்கான செலவைத் தவிர்த்து விட்டு இவர் போட்ட பட்ஜெட், பெரும் விமர்சனத்திற்குள் ளானது. அப்போது அமைச்சர் மைக்கேல், ‘நாம் அடுத்துவரும் தேர்தலில் வெற்றிபெற வேண்டுமென்றால், இது போன்ற செலவுக் குறைப்புக் கூடாது’ என்பார். அதற்கு தாட்சர், ‘செலவைக் குறைக்காவிட்டால் நாம் திவாலாகிவிடுவோம். நம்முடைய வெற்றி தோல்விகளைப் பற்றிக் கவலைப்படாமல் நாட்டின் நன்மைக்காகத் தான் செயல்படவேண்டும்’ என்பார்.

அவரின் தந்தையைப்போல அவர் வாழ்வில் இன்னும் இரு ஆண்கள் மிக முக்கியமானவர்கள். ஒருவர் அவரின் கணவர் டெனிஸ் தாட்சர். மற்றொருவர் அவரது வழிகாட்டியான ஏரிஸ் நீல்.

டெனிஸ் தாட்சர், மார்கரெட் தாட்சரை, ‘நீ என்னைத் திருமணம் செய்து கொள்கிறாயா’ என்று கேட்கும்பொழுது, மார்க ரெட், மகிழ்ச்சியில் கண்கலங்கியபடி டெனிஸ் ‘நான் உங்களை விரும்புகிறேன், ஆனால், என்னால் சமையல் அறையில் அடைந்து கிடக்க முடியாது. வாழ்க்கை என்பது அரிதானது, நான் என் கனவை அடைவதற்காகவே போராடுவேன்’ என்பார். ‘உன்னுடைய இந்தப் போராடும் குணங்களுக்காகத்தான் உன்னை விரும்புகிறேன்’ என்பார் டெனிஸ் தாட்சர்.

அதுபோன்றுதான் நண்பரான ஏரிஸ் நீல். தாட்சருக்கே தன்னால் கட்சியின் தலைவராக முடியும் என்று நம்பிக்கை இல்லாத போதும் 'உன்னால் முடியும்' என்று நம்பிக்கையூட்டி, தலைவராக்கியவர். 'அடுத்து பிரதமர்தான், அதைநோக்கி முன்னேறு' என்பார்.

மார்கரெட் தாட்சர் தன் அரசியல் வாழ்வில் சந்தித்த மேடு பள்ளங்கள் அதிகம். ஃபாக்லேண்டு தீவை மீட்க அர்ஜெண்டினா மீது போர்தொடுக்கும் பொழுது, அமைச்சர்கள் உட்பட பலர் போர்தொடுக்க பயந்தார்கள். 'நாம் தோற்றுவிடுவோம்' என்றுகூடச் சொன்னார்கள். அப்போது மார்கரெட், 'என் வாழ்க்கையின் ஒவ்வொருநாளும் போர்தான். என்னைப் பலர் பல சந்தர்ப்பங்களில் குறைத்துமதிப்பிட்டிருக்கிறார்கள். அது தவறென்று பலமுறை நான் நிரூபித்திருக்கிறேன். இந்த முறையும் நிரூபிப்பேன்' என்று ராணுவத்தை அனுப்பி தீரமுடன் போரிடச் செய்தார். பெரும் வெற்றி பெற்றார்.

பிரிட்டனின் நெருக்கடியான நேரத்தில் தாட்சர் போன்ற கண்டிப்பான தலைமை தேவைப்பட்டது. ஆனாலும், தொழி லாளர்கள் மற்றும் தொழிற்சங்கங்களைத் தலைமைக்குரிய கனி வோடு எதிர்கொள்ளாமல் கடுமையாக நடந்தது இன்றும் அவர் மீது தீராத பழியாக உள்ளதை மறுக்கமுடியாது.

படத்தின் ஒரு காட்சியில், தாட்சர் மருத்துவமனைக்குப் போய்வந்ததைப் பற்றித் தொலைக்காட்சியில் செய்தி ஒன்றை வெளியிடுவார்கள். அப்போது அவரது நிறைகுறைகளைச் சொல் வார்கள். அதில் நிறையாக இங்கிலாந்தின் முதல் பெண்பிரதமர், நீண்ட காலம் பிரதமராகப் பணியாற்றியவர், அமெரிக்காவுக்கும் ரஷ்யாவுக்கும் ஆன பனிப்போரை முடிவுக்குக் கொண்டுவர முக்கியப் பங்காற்றியவர். பிரிட்டனின் வீழ்ந்து கிடந்த பொருளா தாரத்தைத் தூக்கி நிறுத்தியவர் என்று கூறுவார்கள். பாதகமாக, பொதுத்துறைகளைத் தனியார்மயமாக்கியது. அரசு நலத் திட்டங்கள் பலவற்றை நிறுத்தியது என்று கூறுவார்கள். அதைப் பார்த்துவிட்டு தாட்சர் வருத்தப்படுவார்.

தன் அரசியல் வாழ்க்கையை தானே ஒப்பிட்டு மதிப்பிடுவது போல, 'நான் என்னை அங்கீகரித்துக்கொள்ளமாட்டேன்' என்பார். தன் தவறை உணர்ந்து அவர் செய்துகொண்ட அந்தச் சுய விமர்சனமே அவரை முக்கியமான அரசியல் தலைவர்களில் ஒருவராக நம்மை எண்ண வைக்கிறது.

24

செல்மா
(Selma)

வாக்குரிமை இல்லையேல் நமக்கான வாழ்க்கை இல்லையென்று அமெரிக்க கறுப்பினத்தவர்களின் வாக்குரிமைக்காக மார்ட்டின் லூதர்கிங் தலைமையில் செல்மா நகரிலிருந்து தலைநகர் மாண்ட்கோமரிக்கு மேற்கொள்ளப்பட்ட சரித்திரப் புகழ்பெற்ற செல்மா பேரணிதான் 'செல்மா' என்னும் இத்திரைப்படம்.

கதை 1964இல் தொடங்குகிறது. அமெரிக்காவில் கறுப்பின மக்களின் சமூக உரிமைக்காக அகிம்சை வழியில் போராடிய மார்ட்டின் லூதர் கிங்கிற்கு அந்த ஆண்டின் அமைதிக்கான நோபல் பரிசு வழங்கப்படுகிறது. நோபல் பரிசை ஏற்றுக் கொண்ட மார்ட்டின் லூதர் கிங், '2 கோடி அமெரிக்க கறுப்பின மக்களின் சார்பாக இந்த விருதைப் பெற்றுக்கொள்வதில் பெருமையடைகிறேன்' என்று பேசுகிறார்.

விழா நடந்த சில நாட்கள் கழித்து, அமெரிக்காவின் தெற்கு மாகாணமான அலபாமாவில்

உள்ள செல்மா நகரில் ஆனி லீ கூப்பர் என்னும் கறுப்பினப்பெண் தன் வாக்கைப் பதிவுசெய்யப் போகிறார். ஆனால், அங்கிருக்கும் வெள்ளை நிறப் பதிவாளர் அவரது வாக்கைப் பதிவு செய்ய மறுக்கிறார்.

இந்த விஷயம் அறிந்ததும், மார்ட்டின் லூதர் கிங், அமெரிக்க அதிபர் லிண்டன் பி. ஜான்சனை இது தொடர்பாகச் சந்தித்துப் பேசுகிறார். லிண்டன், 'அனைவருக்கும் வாக்குரிமை என்ற இந்தச் சட்டத்தை இயற்றி ஆறுமாதம் ஆகிறது. மக்கள் இதை ஏற்றுக் கொள்ள சிறிது காலம் ஆகும். அதுவரை பொறுமையாக இருக்க வேண்டுமென்கிறார்.' அதற்கு லூதர் கிங், 'இன்னும் எத்தனை ஆண்டுகள் பொறுமையாய் இருப்பது? வாக்குரிமை இல்லாத காரணத்தாலே, எங்கள் இன மக்கள், அநியாயமாய்க் கொல்லப்படு கிறார்கள்; வெள்ளையர்கள் மட்டும் ஓட்டுப்போட்டுத் தேர்ந்தெடுக் கும் மக்கள் பிரதிநிதிகள், குற்றமிழைத்தவர்களை எளிதில் காப் பாற்றிவிடுகிறார்கள், அதனால் வாக்குரிமைக்காக, உடனடியாக ஏதாவது செய்யுங்கள்' என்கிறார். அதற்கு அதிபர், 'இதைவிடப் பல முக்கியமான வேலைகள் எனக்கு இருக்கின்றன' என்கிறார்.

மார்ட்டின் லூதர் கிங் உடனடியாக வாக்குரிமை மறுக்கப் பட்ட செல்மா நகருக்குச் செல்கிறார். இதையறிந்த அதிபர் ஜான்சன், லூதர் கிங்கை எப்படிக் கட்டுப்படுத்துவது என்று ஆலோசனை செய்கிறார். எப்.பி.ஐ.யின் இயக்குநர் எட்கர் ஹோவர் மார்ட்டின் லூதர் கிங்கைச் சத்தமில்லாமல் தீர்த்து விடலாமென்கிறார். அதிபர் அதை ஏற்றுக்கொள்ளவில்லை. 'அப்படியானால், அவர் குடும்பத்திற்குள் குழப்பத்தை ஏற்படுத்த லாம், அது அவரது போராட்டத்தை பலவீனப்படுத்தும்' என்கிறார்.

ஹோவரின் திட்டப்படி, லூதர் கிங் வீட்டிற்கு தேவையற்ற நிறைய தொலைபேசி அழைப்புகள் வருகின்றன. அதில் மிரட்டல் அழைப்புகளும்; லூதர் கிங் பல பெண்களுடன் தொடர்பு கொண்டவர் என்ற செய்திகளும் வருகின்றன. லூதர்கிங்கின் மனைவி அமைதியிழக்கிறார்.

மனைவியைச் சமாதானப்படுத்தும் லூதர் கிங் செல்மாவில் மாபெரும் பேரணி நடத்துவது குறித்துத் திட்டமிடுகிறார். மீண்டும் செல்மா செல்லும் மார்ட்டின் லூதர்கிங், செல்மாவில் உள்ள கறுப்பினத்தவர்கள் கூடிய அரங்கில் பேசுகிறார். "நமக்கு வாக் குரிமை இல்லையேல் வாழ்க்கை இல்லை" என்கிறார். இன்னும் ஒரு மாதத்திற்குள் அலபாமா மாகாணத்தின் செல்மா நகரிலிருந்து,

அம்மாநிலத் தலைநகர் மாண்ட்கோமரிக்கு (75 கி.மீ) நடைப் பயணமாகச் சென்று வாக்குரிமைக்கான அமைதிப் பேரணி நடத்த வேண்டுமென்கிறார்.

ஆனால், அலபாமாவின் கவர்னர் ஜார்ஜ் வாலஸ், இந்தப் போராட்டத்திற்கு அனுமதியளிக்கமுடியாது என்கிறார். செல்மா பேரணி தொடங்குவதற்கு முன் நடந்த சிறுசிறு அகிம்சைப் போராட்டங்களில் கலந்துகொள்ளும் கருப்பின மக்கள் அடி உதை வாங்குகின்றனர். ஒரு கட்டத்தில் ஜிம்மி லீ ஜாக்சன் என்னும் இளைஞனை போலிசார் அநியாயமாகச் சுட்டுக்கொல்கின்றனர்.

ஜிம்மி லீ ஜாக்சனைச் சுட்டுக் கொன்றது, மார்ட்டின் லூதர் கிங்கைப் பெருங்கொந்தளிப்பில் ஆழ்த்துகிறது. மறுநாள் கூட்டத்தில் பேசியவர், 'என் சகோதரனே, உன் தியாகம் வீண் போகாது, நாங்கள் பின்வாங்கிவிடமாட்டோம், தொடர்ந்து போராடுவோம்' என்று பேசுகிறார்.

செல்மா பேரணிக்கான நாளும் விரைவில் வருகிறது. மார்ட்டின் லூதர் கிங் தாக்கப்படலாம் என்ற செய்தி வர, அவரைப் பாதுகாக்கும் பொருட்டு, தோழர்கள் அவரைப் பேரணியில் கலந்துகொள்ள வேண்டாமென்கின்றனர்.

ஜான் லூயிஸ், ஹோசியா வில்லியம்ஸ் தலைமையில் நடக்கும் பேரணி, எட்மண்ட் பெட்டஸ் பாலத்தை வந்தடைகிறது. அதற்கு மேல் செல்ல அனுமதிக்காத போலிசார், கலைந்து செல்லும்படி சொல்கின்றனர். ஹோசியா வில்லியம்ஸ் உயர் அதிகாரியுடன் பேச வேண்டுமென்கிறார். ஆனால், அவர் பேச்சைக் கண்டுகொள்ளாத போலிசார் சட்டெனத் தாக்குதலைத் தொடுக்கின்றனர். ஈவிரக்கமின்றி அனைவரையும் அடிக்கின்றனர். பலர் பலத்த காயம் அடைகின்றனர். இந்த நிகழ்ச்சி தொலைக்காட்சியில் ஒளி பரப்பாகிறது. இதைப் பார்த்துக்கொண்டிருந்த அமெரிக்க வெள்ளை இன மக்கள் உட்பட பலரும் அமைதிப் பேரணி மீது தாக்குதல் நடத்துவது அநியாயம் என்று கோபமடைகின்றனர். இந்த மோசமான நிகழ்வுதான் 'பிளடி சண்டே' என்றழைக்கப் படுகிறது.

போலிசாரின் தாக்குதலுக்குப் பிறகு, கொதிப்படைந்த மார்ட்டின் லூதர் கிங், உடனடியாக அடுத்த பேரணி போகலாம் என்கிறார். பேரணிக்கு மனச்சாட்சியுள்ள வெள்ளையின மக்களையும் அழைக்கிறார்.

சில நாட்களிலேயே மீண்டும் பேரணி நடக்கிறது, இந்த முறை நிறைய வெள்ளையர்கள் கலந்துகொள்கின்றனர். மார்ட்டின் லூதர்

கிங் தலைமையேற்று பேரணியை நடத்திச் செல்கின்றார். எட்மண்ட் பெட்டஸ் பாலத்தைத் தொட்டதும், சென்ற முறை போலவே போலிசார் அங்கே குவிக்கப்பட்டிருக்கின்றனர். அவர்கள் பேரணியை மறிக்கவில்லை. போலிசார் ஏதோ சூழ்ச்சி செய்கிறார்கள் என்றுணர்ந்த மார்ட்டின் லூதர் கிங் சாலையில் அமர்ந்து வானத்தை நோக்கி பிரார்த்தனை செய்கிறார். பின் சட்டென எழுந்து பின்னால் திரும்பி நடக்கிறார்.

மார்ட்டின் லூதர் கிங் பேரணியைத் தொடராது திரும்ப வந்தது இருவேறு வகையான விமர்சனத்தை உருவாக்குகிறது. ஒரு சாரார் பின்வாங்கிவிட்டார் என்று சொல்கிறார்கள். சிலர், மீண்டும் ஒருமுறை இரத்தம் சிந்தவேண்டாம் என்று தவிர்த்திருக்கிறார் என்றும் சொல்கின்றனர். அன்று இரவு பேரணியில் கலந்துகொண்ட வெள்ளையர்கள் இருவர் கொல்லப்படுகின்றனர்.

இதனால் கோபமடையும் மார்ட்டின் லூதர் கிங், அதிபர் ஜான்சனிடம் நியாயம் கேட்கிறார். அதற்கு ஜான்சன், பேரணி போவதை நிறுத்துங்கள் என்கிறார். அதற்கு மார்ட்டின் லூதர் கிங், நீங்கள் அனைவருக்கும் வாக்குரிமையை உறுதிசெய்யும் சட்டத்திருத்தத்தைக் கொண்டுவரும் வரையில் போராட்டம் தொடரும் என்கிறார்.

இனி அதிபர் ஜான்சனை நம்பி பிரயோஜனமில்லையென்று, நீதிமன்றத்திற்குச் செல்கிறார் மார்ட்டின் லூதர்கிங். நீதிபதி செல்மாவிலிருந்து மாண்ட்கோமரிக்குப் பேரணி செல்ல அனுமதியளிக்கிறார். மார்ட்டின் லூதர்கிங் பெரும் நிம்மதியடைகிறார்.

இதற்கிடையில் அதிபர் ஜான்சன், அலபாமாவின் கவர்னரைச் சந்தித்துப் பேசுகிறார். உங்கள் மாநிலத்தில்தான் பிரச்சினை நடக்கிறது, கறுப்பினத்தவர்கள் வாக்களிப்பதைத் தடுப்பவர்களின் மீது நடவடிக்கை எடுக்கவேண்டுமென்கின்றார் அதிபர். அதற்கு கவர்னர், தேர்தல் பதிவாளரைக் கட்டுப்படுத்துவது என் கையில் இல்லையென்று அலட்சியமாகக் கூற, அதிபர் கடுங்கோபமடைகிறார்.

அடுத்த சில நாட்களிலேயே அதிபர் ஜான்சன் அனைவருக்கும் வாக்குரிமை என்பதை உறுதிசெய்யும் உத்தரவைப் பிறப்பிக்கிறார். கறுப்பினத்தவர்கள் வாக்களிக்க இனி எந்தவிதக் கட்டுப்பாடுகளையும் யாரும் விதிக்கக் கூடாது என்றும் உத்தரவிடுகிறார்.

மார்ட்டின் லூதர் கிங் உட்பட தோழர்கள் அனைவரும் தங்கள் போராட்டத்திற்குக் கிடைத்த வெற்றியை நினைத்து

மகிழ்ச்சியடைகின்றனர். நீதிமன்றம் ஏற்கெனவே அனுமதியளித்திருந்ததால் செல்மாவிலிருந்து மாண்ட்கோமரிக்கு, மார்ட்டின் லூதர் கிங் தலைமையில் வெற்றிப் பேரணி நடக்கிறது. பேரணியின் முடிவில், மார்ட்டின் லூதர் கிங் "நம்மைச் சூழ்ந்திருந்த இருட்டு, நீதியின் ஒளியால் அகன்றது" என்று உரையாற்றுவதோடு படம் முடிவடைகிறது.

2014இல் வெளியான செல்மா என்னும் இந்த அமெரிக்கத் திரைப்படம் மார்ட்டின் லூதர் கிங் தலைமையில் கறுப்பினத்தவர்கள் அனைவருக்கும் வாக்குரிமை கேட்டு, செல்மாவிலிருந்து, மாண்ட்கோமரி வரையிலான நடத்திய சரித்திர முக்கியத்துவம் வாய்ந்த நடைப் பேரணியைத்தான் மையமாகக் கொண்டுள்ளது.

மார்ட்டின் லூதர் கிங் வாழ்க்கையை மையமாக வைத்து எடுக்கப்பட்ட முதல் திரைப்படம் செல்மாதான்.

படத்தில் மார்ட்டின் லூதர் கிங்காக நடித்த டேவிட் ஒய்யலோவோவின் நடிப்பு அசாத்தியமானது. பல ஆண்டுகள் காத்திருந்துதான் இப்படத்தில் நடித்துள்ளார். அவருக்கு சிறந்த நடிப்பிற்கான ஆஸ்கர் விருது கிடைக்காதது ஏமாற்றத்திற்குரியது என்கிறார் இயக்குநர் ஈவா துவர்னே.

பெண் இயக்குநரான ஈவா துவர்னேயின் முதல் திரைப்படம் இதுதான். ஒரு கறுப்பினப் பெண் ஹாலிவுட்டில் திரைப்பட இயக்குநராவது சாத்தியமே இல்லாத விஷயம் என ஒரு காலத்தில் நினைத்திருக்கிறார். ஆனால், சினிமா மீதான அவரது நேசிப்பு, கடும் உழைப்பு அவரை இந்த இடத்திற்குக் கொண்டு வந்துள்ளது. இந்தப் படம் இயக்கக் கிடைத்தது, என் வாழ்நாளின் மிகப் பெரிய விஷயம் என்று சொல்லும் இயக்குநர், சிறு வயதில் பாட்டி தன் வீட்டில் இயேசு படத்திற்கு இணையாக மார்ட்டின் லூதர் கிங் படத்தை மாட்டி வைத்திருந்ததை ஒரு நேர்காணலில் நினைவு கூர்ந்தார்.

மார்ட்டின் லூதர் கிங் உலகின் தலை சிறந்த பேச்சாளர்களில் ஒருவர் என்பது அனைவரும் அறிந்த விஷயம். அவரது 'எனக்கொரு கனவு இருக்கிறது' 'ஹவ் லாங், நாட் லாங்' போன்ற உரைகள் உலகப் புகழ் பெற்றவை. ஆனால், இந்த உரைகள் எதுவும் படத்தில் இடம்பெறவில்லை. 2009இல் மார்ட்டின் லூதர் கிங் பற்றி படம் தயாரிப்பதற்காக, ட்ரீம்ஸ்வொர்க்ஸ் நிறுவனம், மார்ட்டின் லூதர் கிங் பேச்சு அனைத்திற்கும் உரிமை வாங்கிவிட்டது. இதனால், இயக்குநர் ஈவா துவர்னே, காப்புரிமையை மீறாமல், அதே சமயம் மார்ட்டின் லூதர் கிங் எப்படிப் பேசுவாரோ,

அதேபோன்று வசனம் எழுதியுள்ளார். அவரது கடும் உழைப்பு, படம் முழுவதும் தெரிகிறது.

இருட்டு இருட்டை விரட்டாது; ஒளிதான் இருட்டை விரட்டும் என்பார் மார்ட்டின் லூதர் கிங். அந்த மார்ட்டின் லூதர் கிங்கின் தொடர் அகிம்சைப் போராட்டத்தால்தான் அமெரிக்க கறுப்பினத்தவர்கள் அனைவருக்கும் ஓட்டுரிமை கிடைத்தது.

1865இல் லிங்கன் கறுப்பினத்தவர்களை அடிமைகளாக வைத்திருப்பதை ஒழித்தார். கிட்டத்தட்ட நூறாண்டுகள் கழித்து, சரியாக 1965இல் அமெரிக்க கறுப்பினத்தவர்களுக்கு வாக்குரிமை கிடைத்தது. அதன் மூலம் முற்றிலும் விடுதலை அடைந்தார்கள். அந்தப் பெருமை அனைத்தும் மார்ட்டின் லூதர் கிங்கையே சாரும்.

நோபல் பரிசு எவ்வளவோ மதிப்பிற்குரியதாக இருந்தாலும்; அமைதிக்கான நோபல் பரிசை மகாத்மா காந்திக்கு வழங்காததன் மூலம் குறைபட்டே நிற்கிறது. அந்தக் குறையை கறுப்புக் காந்தி என்றழைக்கப்படும் மார்ட்டின் லூதர் கிங் போன்ற காந்திய வாதிக்கு வழங்கித் தன்னைச் சரிசெய்ய முயற்சி செய்து கொண்டது என்றே சொல்லலாம். காந்தியைப் போன்றே மார்ட்டின் லூதர் கிங்கும் சுட்டுக் கொல்லப்பட்டார். ஆனால், மார்ட்டின் லூதர் கிங் இறந்தபோது அவருக்கு 39 வயதுதான். 39 வயதிற்குள் தான் எத்தனை சாதனை நிகழ்த்தியிருக்கிறார். உண்மையில் அவரது வாழ்க்கை தன்னலமற்றுப் போராட நினைக்கும் ஒவ்வொருவருக்கும் பாடம்.

❖

25

தி லேடி
(The Lady)

மியான்மரில் மக்களாட்சி மலரப் பல ஆண்டுகள் போராடி இன்று அதைச் சாதித்திருக்கும் பெண் மண்டேலா என்று போற்றப்படும் ஆங் சான் சூகியின் வாழ்க்கை வரலாற்றை அடிப்படையாக வைத்து எடுக்கப்பட்டதுதான் பிரெஞ்ச் – பிரிட்டிஷ் திரைப்படமான 'தி லேடி' என்னும் இத்திரைப்படம்.

கதை தொடங்கும் இடம் பர்மாவில் உள்ள ரங்கூன். ஆண்டு 1947. ஆங் சான் சூகிக்கு அப்பொழுது இரண்டு வயது. அவளது தந்தையின் பெயர் ஆங் சான். அவர் பிரிட்டிஷாரிடமிருந்து பர்மாவிற்கு விடுதலை பெற்றுத்தரப் போராடியவர். பர்மாவின் தேசத்தந்தை என்றழைக்கப்படுபவர். பர்மாவின் விடுதலைக்கு ஆறுமாதங்களுக்கு முன் அவரது எதிரிகளால் சூழ்ச்சி செய்யப்பட்டு சுட்டுக் கொல்லப்படுகிறார்.

கதை இப்பொழுது பல ஆண்டுகள் முன்னோக்கிப் போகிறது.

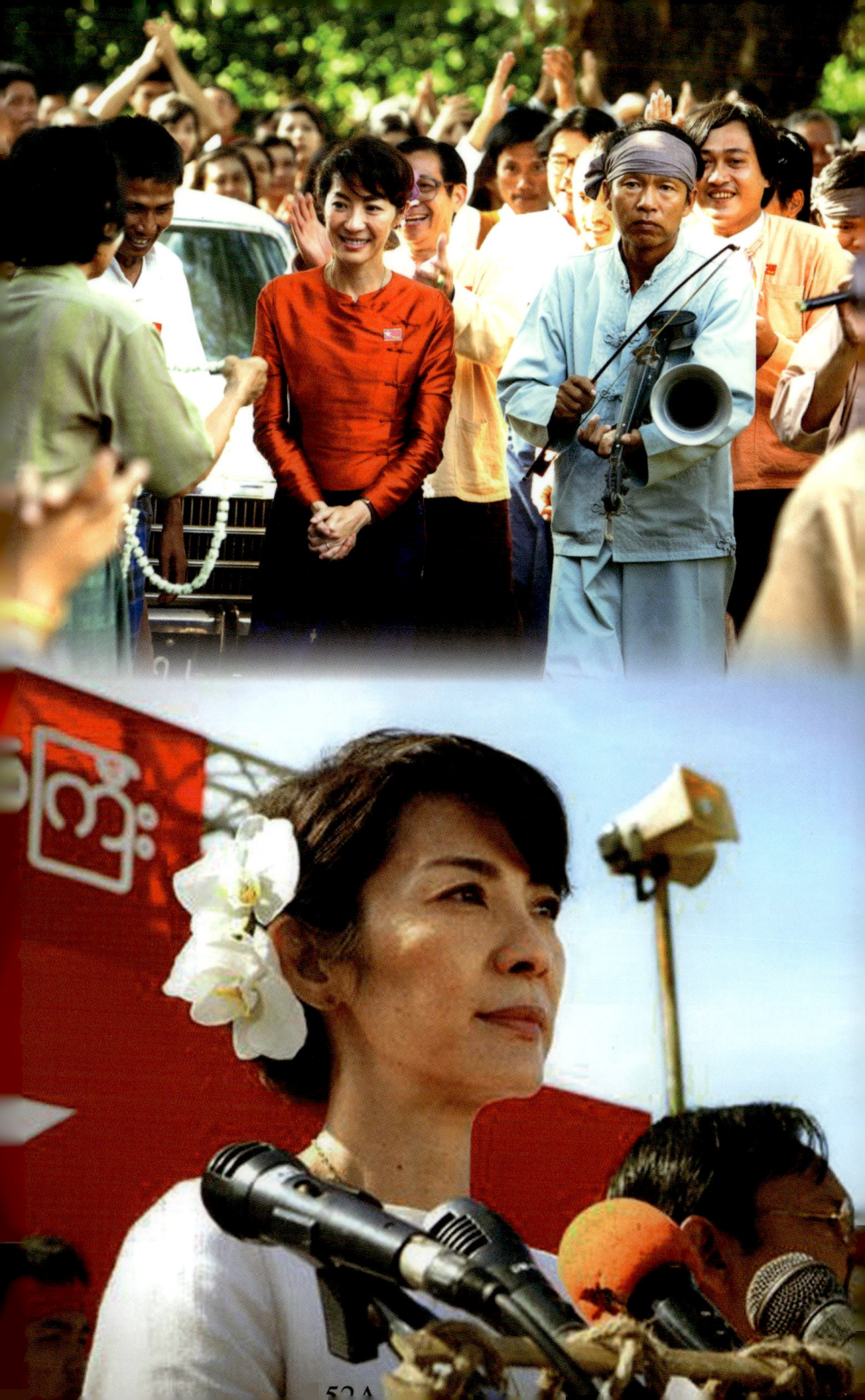

ஆங் சான் சூகிக்கு இப்பொழுது 40 வயது. இங்கிலாந்தில் தன் கணவர் மற்றும் இரு மகன்களுடன் மகிழ்ச்சியாக வாழ்ந்து வருகிறார். அந்தச் சமயத்தில் பர்மாவில் இருக்கும் அவரின் தாய் மாரடைப்பு ஏற்பட்டு மருத்துவமனையில் அனுமதிக்கப்பட்டிருக்கும் செய்தி வருகிறது. தன் தாயைப் பார்ப்பதற்காக பர்மா செல்கிறார். ஆங் சான் சூகி பர்மா போன சமயத்தில் அப்பொழுது ராணுவத் தளபதி நீவின் தலைமையில் ராணுவ ஆட்சி நடந்துகொண்டிருக்கிறது. அடக்குமுறை நிறைந்த ராணுவ ஆட்சியை எதிர்த்துப் போராட்டம் செய்பவர்கள் அடித்து ஒடுக்கப்பட்டனர்.

ராணுவத் தளபதிக்கு சூகியின் பர்மா வருகை பிடிக்கவில்லை. அவரைப் பற்றித் தன் வீரர்களிடம் அடிக்கடி விசாரித்துக் கொள்கிறார்.

அன்று காலையில் போராட்டத்தில் ஈடுபட்ட மாணவர்கள் பலர் அடித்து நொறுக்கப்பட்டு ரத்தம் வழிய மருத்துவமனைக்கு வருகிறார்கள். அதைப் பார்க்கும் சூகி ஓடிச்சென்று அவர்களுக்கு உதவுகிறார். அத்துடன் அந்தச் சமயத்தில் ராணுவ வீரர்கள் மாணவர்களைத் தேடி மருத்துவமனைக்குள்ளும் வருகின்றனர். அங்கு ஏற்கனவே அடிபட்டுக்கிடக்கும் மாணவர்களை அடித்து இழுத்துச் செல்கின்றனர். ஏன், இவ்வாறு செய்கிறீர்கள் என்று கேட்ட மருத்துவரை, சுட்டுக் கொல்கின்றனர். இதைப் பார்த்த சூகி அதிர்ந்துபோகிறார்.

அடுத்த சில நாட்களில் சூகி குணமான தன் தாயை வீட்டுக்கு அழைத்து வருகிறார். சூகியின் தந்தையின் நண்பர்கள், சில ஆசிரியர்கள் சூகியை வந்து பார்க்கின்றனர். நாட்டில் நடக்கும் கொடுங்கோல் ஆட்சியைப் பற்றியும் பேசிக்கொள்கின்றனர்.

அந்தச் சமயத்தில் யாரும் எதிர்பாராத விதமாக ராணுவத் தளபதி ஒரு ஜோசியக்காரியின் ஆலோசனையின் பேரில் தன் பதவியை ராஜினாமா செய்கிறார். சூகிக்கு அது பெரும் வியப்பாக இருக்கிறது. அடுத்த நாளே, நிறையப் பேராசிரியர்கள், மாணவர்கள் வந்து சூகியைப் பார்க்கின்றனர். நீங்கள்தான் பர்மாவை ஜன நாயகப் பாதைக்குக் கொண்டு செல்ல வேண்டுமென்கின்றனர். நாட்டிற்கு விடுதலை வாங்கித் தந்தவரின் மகள் என்பதால், மக்கள் எளிதாக உங்கள் பின்னே அணி திரள்வார்கள் என்றும் சொல்கின்றனர்.

அதற்கு சூகி, இங்கிலாந்திலிருந்து வந்திருந்த தன் கணவனையும் மகன்களையும் காட்டி, 'எனக்குக் குடும்பப் பொறுப்பு

இருக்கிறது' என்கிறார். ஆனால், விரைவிலேயே அரசியலில் ஈடு படுவதாக முடிவெடுக்கிறார்.

இது ராணுவத் தளபதிக்குப் பெரும் அதிர்ச்சியளிக்கிறது. ஜோசியக்காரி தன்னைத் தவறாக வழிநடத்திவிட்டாள் என அவளைச் சுட்டுக்கொல்லச் சொல்லிவிட்டு சூகியை எப்படிக் கட்டுப்படுத்துவது என்று ராணுவ அதிகாரிகளுடன் கலந்தா லோசிக்கிறார்.

ஆனால், அவர்களது கெடுபிடிகளை மீறி, அடுத்த சில நாட் களில் பெரும் பொதுக்கூட்டம் நடக்கிறது. லட்சக்கணக்கான பேர் கூடியுள்ள பொதுக்கூட்டத்தில் பேசும் சூகி, பர்மாவை ஜனநாயகப் பாதைக்கு இட்டுச் செல்லும் இந்தப் போராட்டத்தில் அனைத்து மக்களும் பங்கேற்க வேண்டுமென்கிறாள். மக்கள் ஆர்ப்பரிக் கிறார்கள்.

ஆனால், சூகி எதிர்பார்த்ததுபோல் ராணுவத் தளபதி விரை வில் தேர்தலை நடத்தவில்லை. அதற்குப் பதிலாக சூகிக்குப் பெருகி வரும் ஆதரவை ஒடுக்குவதற்கான வேலையைப் பார்க்கிறார். சூகியை வீட்டுச் சிறையில் அடைக்கிறார். அத்துடன் அவரது ஆதரவாளர்கள் அனைவரும் கைது செய்யப்பட்டு அடித்து உதைத்து சிறையில் அடைக்கப்படுகின்றனர்.

இனித் தேர்தல் நடக்காது என்று மக்கள் நினைத்திருந்த வேளையில், அதிகாரிகள் மே மாதம் தேர்தல் என அறிவிக்கிறார் கள். ஆனால், சூகி வெளிநாட்டவரை மணந்ததால் அவருக்கு வேட்பாளருக்கான தகுதி இல்லை என்று சொல்லிவிடுகின்றனர். தேர்தலில் மக்கள் ஆர்வமுடன் வாக்களிக்கின்றனர். விரைவில் தேர்தல் முடிவுகள் வருகின்றன. சூகியின் தேசிய ஜனநாயகக் கட்சி 392 தொகுதிகளைக் கைப்பற்றி அமோக வெற்றி பெறுகிறது. மக்கள் இந்த வெற்றியைக் கொண்டாடுகிறார்கள்.

ஆனால், ராணுவம் இந்த வெற்றியைச் செல்லாது என்று அறிவித்து, மீண்டும் சூகியை வீட்டுச் சிறையில் வைக்கிறது. அவரைப் பார்க்க வந்த மக்களை ராணுவ வீரர்கள் விரட்டி யடிக்கின்றனர்.

கதை இப்பொழுது 1991க்கு வருகிறது. அந்த ஆண்டின் அமைதிக்கான நோபல் பரிசு ஆங் சான் சூகிக்கு வழங்கப்படுகிறது. அவர் நேரில் செல்லமுடியாத சூழ்நிலையில், அவரின் கணவரும் மகன்களும் அதைப் பெற்றுக்கொள்கின்றனர். சூகி பெரு மகிழ்ச்சி யடைகிறார்.

ஆனால் சூகி நோபல் விருது பெற்ற பிறகும் எந்த மாற்றமும் நடக்கவில்லை. அவர் தொடர்ந்து வீட்டுச் சிறையிலேயே வைக்கப் பட்டிருக்கிறார். ஆண்டுகள் ஓடுகின்றன.

ஒரு கட்டத்தில் பல்வேறு நாடுகளின் வற்புறுத்தலினால், வீட்டுச் சிறையிலிருந்து சூகி விடுவிக்கப்படுகிறார். சூகி பல ஆண்டு களுக்குப் பிறகு வீட்டை விட்டு வெளியே வருகிறார். விடுதலை யான விஷயத்தை உடனே தன் கணவருக்குத் தெரிவிக்கிறார். கணவர் மிகவும் மகிழ்ச்சியடைகிறார். கதை இப்பொழுது 1998க்கு வருகிறது. சூகியின் கணவர் புற்றுநோயால் பாதிக்கப்பட்டிருக்கும் விஷயம் தெரியவருகிறது. அவர் தன் வாழ்நாளை எண்ணிக் கொண்டிருக்கிறார் என்பதைத் தெரிந்துகொள்ளும் சூகி பெரும் வருத்தமடைகிறார். சூகியின் கணவர் மைக்கேல் கடைசி முறை யாக சூகியைப் பார்க்க விரும்புகிறார். ஆனால், பர்மாவின் ராணுவ அரசு சூகியின் கணவருக்கு விசா தர மறுக்கிறது. அதற்குப் பதில் நீங்கள் வேண்டுமானால், இங்கிலாந்து போய் விட்டு வாருங்கள் என்கிறார்கள். ஆனால் மைக்கேல், 'இது அவர்கள் விரிக்கும் வலை, நீ பர்மாவை விட்டு வெளியேறி விட்டால் மீண்டும் உள்ளே போகமுடியாது. உன் இத்தனை நாள் போராட்டமும் வீணாகிவிடும். அதனால் வராதே' என்பார். எவ்வளவு போராடியும் மைக்கேலுக்கு விசா தர மறுத்துவிடு கிறார்கள். இறுதி நிமிடங்களில் தன் மனைவியைப் பார்க்காமலே இறந்துவிடுகிறார்.

கதை இப்பொழுது இன்னும் எட்டு வருடங்கள் கடந்து 2007க்கு வருகிறது. புத்தபிக்குகள் பெருந்திரளாக சூகியின் வீட்டிற்கு வருகின்றனர். அவர்களை நோக்கி சூகி மகிழ்ச்சியுடன் கையசைக்கிறார். 15 வருட வீட்டுச் சிறைவாசத்துக்குப் பிறகு 2010இல் விடுதலையானார் என்ற எழுத்துக்கள் திரையில் வருவ தோடு படம் முடிவடைகிறது.

இந்தப் படத்தைப் பார்த்து முடிக்கையில், ஆங் சான் சூகியை போராட்டம் நிறைந்த வாழ்க்கையை நினைத்துப் பெருமிதமும்; அவர் அடைந்த துயரங்களை நினைத்து வேதனையும் ஒரே சமயத்தில் எழுகின்றன.

ஆங் சான் சூகியாக நடித்த மலேசிய நடிகை மிஷேல் யோவின் நடிப்பு போற்றத்தக்கது. ஆங் சாங் சூகியைப் போன்ற உடல் தோற்றமும் கொண்டவராக இருப்பதால், அவரது நடிப்பு மேலும் பொலிவு பெறுகிறது.

இத்திரைப்படம் தொடங்கப்பட்டபோது சூகி வீட்டுச் சிறை வாசத்தில்தான் இருந்தார். படத்தின் பாதிப் படப்பிடிப்பு நடந்த நேரத்தில் அவருக்கு விடுதலை கிடைத்தது. நடிகை மிஷேல் யோ சூகியைப் போய்ப் பார்த்துள்ளார். சூகி, மிஷேல் யோவை கட்டித் தழுவித் தன் அன்பை வெளிப்படுத்தியுள்ளார்.

அது மட்டுமல்லாமல் படத்தை இயக்கிய பிரெஞ்சு இயக்குநர் லூக் பெசானுக்கும் தன்னைப் பற்றிப் படம் எடுப்பதற்காக நன்றி தெரிவித்துக் கடிதம் எழுதியுள்ளார். ஏற்கனவே சூகியின் வாழ்க்கையை வைத்து படம் எடுக்க வேண்டுமென்று நெடுநாள் கனவு கண்டுகொண்டிருந்த லூக் பெசானுக்கு இது இரட்டிப்பு மகிழ்ச்சி அளித்துள்ளது.

படத்தின் மையம் ஆங் சாங் சூகியின் 15 வருட வீட்டுச் சிறைவாசமாக இருந்தாலும் அதையும் தாண்டி, அவருக்கும் அவரின் கணவருக்குமுள்ள அன்பு படத்தில் அற்புதமாகக் காட்சிப்படுத்தப்பட்டிருக்கிறது. ஒரு காட்சியில் சூகி, 'இந்த உலகத்தில் உள்ள கணவர்களிலேயே அற்புதமானவர் நீங்கள்' என்பாள். அது உண்மைதான். உண்மையில், கணவரது இத்தனை ஆதரவு இல்லையென்றால், அவர் கனவைச் சாதித்திருப்பாரா என்பது கடினம்தான்.

தான் மரணப் படுக்கையில் இருக்கும்பொழுதும், தன்னைப் பார்க்க வர நினைத்த சூகியை, 'நீ வராதே, நீ வந்துவிட்டால், நாட்டிற்காக இத்தனை நாள் போராடியது வீணாகிவிடும்' என்பார்.

சூகி பர்மாவிற்குள் இருந்து போராடினார் என்றால், சூகியின் கணவர் இங்கிலாந்தில் இருந்துகொண்டே போராடினார்.

படத்தில் சூகியாக நடித்த மிஷேல் யோவின் அபார நடிப்பிற்கு இணையானது சூகி கணவர் மைக்கேலாக நடித்த டேவிட் தியூலிஸ்ஸின் நடிப்பு.

படத்தில் வரும் இக்காட்சி நம்மை மெய்சிலிர்க்க வைக்கும். ஒரு கூட்டத்தில் கலந்துகொள்வதற்காக சூகி போவார். ஆனால், ராணுவ வீரர்கள் உள்ளே வரக்கூடாதென்று துப்பாக்கிகளுடன் நிற்பார்கள். 20 வீரர்கள் தன்னைக் குறிபார்த்து நிற்க, தன் தந்தையைச் சுட்டது போல தன்னையும் சுடலாம் என்று தெரிந்தும் தைரியமாக முன்னேறிப் போவார். அக்காட்சி சூகியின் அஞ்சா நெஞ்சத்துக்கு சரியான உதாரணம்.

ஒரு கட்டத்தில், உங்களை 'விடுதலை செய்கிறோம், இந்த நாட்டை விட்டுப் போய்விடுங்கள்' என்று ராணுவத் தளபதி சொன்னபோது, 'என் உயிர் போனாலும், நாட்டை விட்டுப் போக மாட்டேன்' என்று மறுத்துவிடுவார்.

அவரது அந்த அயராத போராட்டத்தால்தான் மியான்மர் இன்று மக்களாட்சிப் பாதைக்கு வந்துள்ளது. சமீபத்தில் நடந்து முடிந்த தேர்தலில் சூகி தலைமையிலான தேசிய ஜனநாயகக் கட்சி மகத்தான வெற்றிபெற்று ஆட்சியமைக்கத்தது.

துப்பாக்கியும் பீரங்கியும் ஏந்திய ராணுவ ஆட்சியாளர்களுக்கு எதிராக தனி மனுஷியாக, அகிம்சை என்னும் ஆயுதம் தாங்கிப் போராடி, மக்களை வெற்றிபெற வைத்த ஆங் சாங் சூகியின் வாழ்க்கை போற்றுதலுக்குரியது.

26

மாஞ்சி
(MANJHI)

மன உறுதியினால் மலையைக்கூட நகர்த்தலாம் என்பார்கள். ஆமாம், உண்மையில் அது நடந் துள்ளது. பீகாரில் கெஹலூர் கிராமத்தைச் சேர்ந்த தஷ்ரத் மாஞ்சி என்பவர், தனியொரு நபராக மலையை உடைத்து, பாதை உருவாக்கியுள்ளார். 22 ஆண்டுக் கால உழைப்பிற்குப்பின் அந்தப் பாதை உருவானது. அவரது வாழ்க்கையை அடிப் படையாக வைத்து எடுக்கப்பட்ட படம்தான் மாஞ்சி.

தஷ்ரத் மாஞ்சி என்னும் சிறுவன் பீகாரில் உள்ள ஹெகலூர் என்னும் கிராமத்தைச் சேர்ந்த வன். அவன் தந்தை ஒரு ஏழை விவசாயி. உள்ளூர்ப் பணக்காரரிடம் தான் வாங்கிய கடனை அடைக்கமுடியாததால், தன் மகனை அவரிடம் வேலைக்குச் சேர்க்கிறார். ஆனால், அவர்கள் கொடுமைப்படுத்துவார்கள் என்று தஷ்ரத் அங்கிருந்து தப்பித்து நகரத்திற்கு ஓடுகிறான். கிட்டத்தட்ட 20 வருடங்களுக்குப் பிறகு, ஒரு இளைஞனாகத் தன் கிராமத்திற்குத் திரும்புகிறான்.

தனக்குச் சிறு வயதிலேயே நிச்சயிக்கப்பட்ட, பகுனியாவைத் திருமணம் செய்கிறான். அவர்களின் திருமண வாழ்க்கை மகிழ்ச்சி யாகப் போய்க்கொண்டிருக்கிறது. முதல்குழந்தை பிறக்கிறது. தஷ்ரத், பகுனியாமீது கொண்டிருந்த அபாரமான பிரியத்தால், அவனுக்கு வாழ்க்கை எளிதாகப் போய்க்கொண்டிருக்கிறது.

அந்தக் கிராமத்தில் ஒரு பெரிய மலை இருக்கிறது. அந்த மலைதான் அந்தக் கிராமத்தினரின் உயர்விற்குப் பெருந் தடையாக இருக்கிறது. எந்த அடிப்படை வசதியும் இல்லாத அந்தக் கிராமத்தி லிருந்து, சிறு மருத்துவ உதவிக்கும் வாஷிர்கஞ்ச் என்னும் நகரத் திற்குத்தான் போக வேண்டும். மலை வழியாக ஏறிச்சென்றால் 6 கி.மீ. தூரம், மலையைச் சுற்றிப் போவதென்றால் கிட்டத்தட்ட 60 கி.மீ. தூரம்.

இதுபோன்ற சூழ்நிலையில் ஒருநாள் காட்டில் வேலை செய்யும் தன் கணவனுக்காக, நிறைமாத கர்ப்பிணியான பகுனியா, தலையில் உணவுப் பாத்திரத்தைச் சுமந்துகொண்டு மலையில் ஏறி வரும்போது, கால் வழுக்கிப் பெரும் பள்ளத்தில் விழுகிறாள். பலத்த காயமடையும் பகுனியாவை, தஷ்ரத்தும் அவரது நண்ப னும் மலை வழியாகவே தூக்கிக்கொண்டு வந்து நகரத்தில் உள்ள மருத்துவமனையில் சேர்க்கிறார்கள். பகுனியா பெண் குழந்தை யைப் பெற்றுவிட்டு இறந்துவிடுகிறாள்.

தஷ்ரத் இடிந்துபோகிறான். தன் வாழ்வின் ஆதாரமே போய் விட்டதே என்று கதறுகிறான். இத்தனைக்கும் காரணம் அந்த மலைதானே என்று நினைக்கிறான். தன் மனைவி போல் இனி யாரும் மலையில் இருந்து விழுந்து இறக்கக்கூடாதென்று தீர்மானிக்கிறான்.

மறுநாள் காலையில், தன்னிடமிருந்த கடைசிக் காசில் ஒரு சம்மட்டியும் உளியும் வாங்கிக்கொண்டு மலையை உடைக்கக் கிளம்புகிறான்.

தஷ்ரத் தனி ஆளாக மலையை உடைப்பதை, கிராமத்தில் பலர் கேலி செய்கிறார்கள். அவனுக்குப் பைத்தியம் பிடித்து விட்டது என்றும் பேசிக்கொள்கின்றனர். ஆனால், தஷ்ரத் இதை யெல்லாம் காதில் வாங்கிக்கொள்ளாமல் அவன் பாட்டுக்கு வேலையைத் தொடங்குகிறான்.

ஒருநாள் பத்திரிகை நிருபர் அலோக், தஷ்ரத்தை வந்து பார்க் கிறார். தனி மனிதனாக அவன் போராடுவதைக் கண்டு

வியப்படைகிறார். நிருபரான அவரது கனவும் கெஹலூரிலிருந்து வாஷிர்கஞ்சிற்குச் சாலை அமைய வேண்டும் என்பதுதான். ஆனால், தஷ்ரத்தால் முடியுமா என்ற சந்தேகம் இருந்தாலும் அவனை உற்சாகப்படுத்தும் விதமாக 'நீ மலையை உடைத்துப் பாதை உண்டாக்கிவிட்டால், எங்கள் பத்திரிகையில் உன் புகைப் படத்துடன் செய்தி ஒன்றை வெளியிடுவேன்' என்கிறார்.

1960இல் மலையை உடைக்க ஆரம்பித்தார் தஷ்ரத். இப்பொழுது ஐந்து வருடங்கள் கடந்து 1965 வருகிறது. ஊரில் கடும் பஞ்சம் ஏற்படுகிறது. கிராமத்து மக்களில் பெரும் பகுதியினர் நகரத்திற்குக் குடிபெயர்கின்றனர். தஷ்ரத்தின் தந்தை, தஷ்ரத்திடம், 'மலையை உடைப்பதை விட்டுவிட்டு வா' என்கிறார். 'இங்கிருந்தால் தண்ணீர்கூடக் கிடைக்காமல் செத்துவிடுவாய்' என்கிறார். ஆனால் தஷ்ரத், 'பாதை உண்டாக்காமல் எங்கும் வர மாட்டேன்' என்கிறார். தஷ்ரத்தின் தந்தை சோகத்துடன், தன் இரு பேரப் பிள்ளைகளுடன் நகரத்திற்குப் போகிறார்.

இப்பொழுது 1969ஆம் ஆண்டு. தஷ்ரத் பெரிய தாடியுடன் காணப்படுகிறார். வயதும் கொஞ்சம் கூடியிருக்கிறது.

ஆனால் அவரது உழைப்பும் உத்வேகமும் குறையவில்லை. இந்த ஒன்பது வருட உழைப்பில், சிறிய அளவு பாதையை உருவாக்கிவிடுகிறார். அதைப் பார்த்து கிராமத்து மக்கள் ஆச்சரியப்பட்டாலும், அவருடன் இணைந்து யாரும் வேலை செய்ய முன்வரவில்லை. தஷ்ரத்தும், யாரும் உடன்வரவேண்டும் என்று எதிர்பார்க்கவும் இல்லை.

கதை இப்பொழுது 1972ஆம் ஆண்டிற்கு வருகிறது. அப்போதைய பிரதமர் இந்திரா காந்தி, ஒரு பொதுக் கூட்டத்திற்காக அவர்களின் ஊருக்கு வருகிறார். அங்கு போகும் தஷ்ரத், எப்படியோ இந்திரா காந்தியைப் பார்த்து, தான் 12 வருடங்களாக மலையை உடைத்துக்கொண்டிருப்பதைச் சொல்லி, சாலை அமைத்துத் தருமாறு கேட்கிறார். பின் இந்திரா காந்தியுடன் தஷ்ரத் ஒரு புகைப்படமும் எடுத்துக்கொள்கிறார்.

மறுநாள் அந்தச் செய்தி செய்தித்தாள்களில் வருகிறது. அதைப் பார்க்கும் உள்ளூர் பணக்காரரின் மகன், 'அரசாங்க உதவி பெற்றுத்தருகிறேன்' என்று கூறி வட்டார வளர்ச்சி அலுவலகத்திற்குக் கூட்டிச் செல்கிறார். அதிகாரியும் தஷ்ரத்திற்கு உதவுவதாகச் சொல்கிறார். 20 லட்சம் ரூபாய் ஒதுக்கப்படுகிறது. ஆனால், அந்தப் பணத்தை தஷ்ரத்தை அழைத்துப்போன பணக்காரரின் மகனும் அதிகாரியும் எடுத்துக்கொள்கிறார்கள்.

இந்தச் செய்தி அறிந்ததும், தஷ்ரத் பணக்காரரின் மகனுடன் போய் சண்டையிடுகிறார். அவர் 'உன்னால் முடிந்ததைப் பார்' என்கிறார். தஷ்ரத் எவ்வளவு போராடியும் அவருக்கு நீதி கிடைக்க வில்லை. மீண்டும் மலையை உடைக்கும் வேலைக்கு வருகிறார்.

இப்பொழுது, தஷ்ரத்தின் மகனும் மகளும் வளர்ந்து பெரிய வர்களாகின்றனர். ஒருநாள் அவரின் மகன் நிறைய ஆட்களுடன், தந்தைக்கு உதவி வருகிறான். ஆனால், அதிகாரிகள் வந்து, யாருடைய உத்தரவின் பேரில் இதைச் செய்கிறீர்கள் என்று கேட்டு, தஷ்ரத்தை அழைத்துச்சென்று போலிஸ் ஸ்டேஷனில் ஒப்படைக் கின்றனர். மக்கள் பெருந்திரளாக வந்து போலிஸ் ஸ்டேஷன் வாசலில் ஆர்ப்பாட்டத்தில் ஈடுபட்டதால், வேறு வழியின்றி அவரை விடுவிக்கின்றனர்.

இப்பொழுது 1982ஆம் ஆண்டு. தஷ்ரத் மலையை உடைக்கத் தொடங்கி 22 ஆண்டுகள் ஆகின்றன. இப்பொழுது பெரிய வாகனம் போகும் அளவுக்குப் பாதையை உருவாக்கிவிட்டார். அந்த இடத்தில் மலை இருந்ததற்கான சுவடே இல்லை. மக்கள் தஷ்ரத்தின் உழைப்பைக் கண்டு வியந்துபோகின்றனர். மகிழ்ச்சியில் தஷ்ரத்தைத் தோளில் தூக்கி வைத்துக்கொண்டு ஆடிப்பாடு கின்றனர். அத்துடன் படம் நிறைவடைகிறது.

மாஞ்சி ஒரு தனி மனிதனாக எத்தனை தடங்கல்களுக்குப் பின், எத்தனை போராட்டத்திற்குப் பின் மலையை உடைத்துப் பாதை உருவாக்குகிறார் என்று நினைக்கும்போது நாம் சிறுசிறு தடங்கல்களுக்கெல்லாம் சோர்ந்துபோய்விடுவதை நினைத்து நமக்கு வெட்கம்தான் ஏற்படும்.

மலையில் ஏறிக் கீழே விழுந்து தன் மனைவி இறந்து போனபின், இனி ஒருவர்கூட இறக்கக்கூடாதென்று, தஷ்ரத் தன் வாழ்நாளையே அர்ப்பணித்து, மலையை உடைத்துப் பாதை உருவாக்கியது அற்புதமான பணி.

படத்தின் ஒரு காட்சியில், அவரைத் தேடி அடிக்கடி வரும் நிருபர், 'உங்களுக்கு எங்கிருந்து இத்தனை பலம் வருகிறது' என்பார். அதற்கு தஷ்ரத், 'அன்பிலிருந்து' என்பார். 'என் மனைவி யின் மேல் கொண்ட அன்புக்காகத்தான் மலையை உடைக்கத் தொடங்கினேன். இன்று இந்த மலையையும் நேசிக்கிறேன்' என்பார்.

ஒரு சாதாரண மனிதன்கூட ஒரு மகத்தான காரியத்தில் இறங்கிய பிறகு, மகத்தான மனிதனாக மாறிவிடுகிறார் என்பதற்கு இந்தக் காட்சி உதாரணம்.

சோகமும் போராட்டமும் நிறைந்த இப்படத்தில் பல காட்சிகள் நம்மை அதிர வைக்கும். ஒருமுறை தஷ்ரத்தின் கட்டை விரலில் பாம்பு கடித்துவிடும். விஷம் ஏறாமல் இருக்க கட்டை விரலில் துணியைக் கிழித்துக் கட்டும் தஷ்ரத், சிறிதும் யோசிக்காமல், கட்டை விரலை வெட்டி எறிந்துவிட்டு வேலையைத் தொடர்வார். அவருடைய மனவுறுதி ஆச்சரியத்திற்குரியது.

இந்தப் படத்தை இயக்கிய சேத்தன் மேத்தா, மங்கள் பாண்டே, சர்தார் படேல் போன்ற படங்களை இயக்கியவர். ஹிந்தி சினிமாவின் குறிப்பிடத்தகுந்த இயக்குநர்.

உண்மையில், தஷ்ரத் மாஞ்சி மரணப்படுக்கையில் இருக்கும் பொழுதுதான், இயக்குநர் கேத்தன் மேத்தாவுக்கு தஷ்ரத் பற்றித் தெரிந்துள்ளது. தஷ்ரத்தின் கதையைப் பத்திரிகையில் படித்ததுமே, பெரும் மனக்கிளர்ச்சிக்கு ஆளானவர், உடனே இதைப் படமாக்கவும் முடிவு செய்தார்.

ஆனால், அவர் நினைத்தது போல் படம் அவ்வளவு எளிதாக உருவாகிவிடவில்லை. ஒரு வசதியும் இல்லாத அந்தக் கிராமத்தில் படப்பிடிப்பு நடத்துவதென்பது, மிகக் கடினமான விஷயமாக இருந்திருக்கிறது. அது மட்டுமல்லாமல், திடீரென ஒருவர், தஷ்ரத் மாஞ்சியின் வாழ்க்கை வரலாற்றைப் படமாக எடுக்கும் காப்புரிமை என்னிடமிருக்கிறது என்று வழக்கு வேறு போட்டுவிட்டார். கடும் போராட்டத்திற்குப் பின்தான் இயக்குநர் சேத்தன் மேத்தாவுக்கு சாதகமான தீர்ப்பு வந்துள்ளது.

இந்த ஹிந்தித் திரைப்படம் சமீபத்தில் ஆகஸ்ட் 2015இல் வெளியானது. படம் பெரும் வரவேற்பைப் பெற்றது.

ஒரு அரசாங்கம் செய்ய வேண்டிய விஷயத்தைத் தனியொரு மனிதனாக தஷ்ரத் சாதித்துள்ளார். மாஞ்சி செய்தது போன்று நாமும் நமக்குள் இருக்கும் சக்தியை எழுப்பினால், இந்தியா எத்தனை வல்லமையான தேசமாக மாறிவிடும்!

❖

27

லிங்கன்
(Lincoln)

ஆபிரகாம் லிங்கன் தன் வாழ்வின் கடைசி நான்கு மாதங்களில், அடிமை ஒழிப்புச் சட்டமான 13வது சட்டத் திருத்தத்தை நாடாளுமன்ற அவையில் வெற்றிபெற வைக்க எடுத்துக்கொண்ட, கடும் முயற்சிகளின் திரைவடிவம்தான் லிங்கன்.

கதை 1865இல் தொடங்குகிறது. அமெரிக்காவில் உள்நாட்டுப் போர் தொடங்கி நான்காவது வருடம் இது. விரைவில் உள்நாட்டுப்போர் முடிவுக்கு வருமென ஆபிரகாம் லிங்கன் நினைக்கிறார்.

போர்க்காலத்தில் தனக்கிருக்கும் அதிகாரத்தைப் பயன்படுத்தி அவர் 1863இல் அடிமைகள் ஒழிப்புப் பிரகடனத்தைச் செய்துவிட்டாலும், போர் முடிவுக்கு வரும் பட்சத்தில், நீதிமன்றம் அவ்வாறு அறிவிக்க தனக்கு உரிமையில்லை என்று சொல்லலாம் என்று கருதும் லிங்கன், இந்த மாத இறுதிக்குள் சட்டத்தை அவையில் ஓட்டெடுப்பு நடத்தி வெற்றிபெற வைத்தாக வேண்டுமென்கிறார்.

அதில் பெருஞ் சிக்கல் இருக்கிறது. சட்டத்தை அவையில் நிறைவேற்ற மூன்றில் இரண்டு பங்கு ஓட்டுகள் தேவை. லிங்கனின் குடியரசுக் கட்சி உறுப்பினர்கள் அனைவரும் சட்டத் திருத்தத்தை ஆதரித்து வாக்களித்தால்கூட, வெற்றிபெற இன்னும் இருபது ஓட்டுகள் தேவை.

ஜனநாயகக் கட்சியினரின் ஓட்டுகளைப் பெறும்படி செயலாளர் வில்லியம்ஸ் சீவார்டிடம் சொல்கிறார் லிங்கன். 'பத்து மாதங்களுக்கு முன் தோற்கடிக்கப்பட்ட அடிமை ஒழிப்புச் சட்டத் திருத்தத்தை, மீண்டும் கொண்டுவர நாம் ஏன் முயற்சி செய்ய வேண்டுமென்கிறார் சீவார்டு.' அதற்கு லிங்கன் 'அப்பொழுது தேர்தல் காலம், எதிர்த்து ஓட்டுப் போட்டார்கள். ஆனால், இந்த முறை அந்த நெருக்கடி இல்லாததால் நாம் வெற்றி பெற வாய்ப்பிருக்கிறது' என்கிறார்.

'ஓட்டுகளைப் எப்படிப் பெறுவது' என்று சீவார்டு கேட்கும் பொழுது, லிங்கன், 'கண்டிப்பாகப் பணம் தரக்கூடாது. வேண்டு மானால் அரசில் வேலை வாய்ப்புகளைத் தரலாம்' என்கிறார்.

ஜனநாயகக் கட்சியில் இப்பொழுது 64 உறுப்பினர்கள் இருக் கிறார்கள். அதில் 39 பேரை நெருங்கவே முடியாது. மீதமிருக்கும் 25 ஓட்டுகளில் 20 ஓட்டுகளைப் பெற வேண்டும். மிகக் கடினமான வேலையை லிங்கனுக்காகச் செய்யத் தயாராகிறார் சீவார்டு.

சீவார்டு ஓட்டுகளைப் பெறுவதற்காக மூன்று பேரை நியமிக் கிறார். அவர்களிடம் தன் பெயரையோ, அதிபர் லிங்கன் பெயரையோ கண்டிப்பாகப் பயன்படுத்தக்கூடாது என்றும் சொல்லிவிடுகிறார்.

இவ்வாறு ஜனநாயகக் கட்சியினரின் வாக்குகளைப் பெற ஏற்பாடு செய்யப்பட்டுவிட்டாலும், லிங்கன் தன் சொந்தக் கட்சி யில் ஒரு ஓட்டுக்கூட சிதறிவிடக் கூடாது என்று, குடியரசுக் கட்சியின் நிறுவனரான பிரெஸ்டன் ப்ளேரின் உதவியை நாடு கிறார். அவரும் எளிதாக இதைச் செய்துவிடலாமென்கிறார்.

ஆனால், லிங்கனின் மனைவி அடிமை ஒழிப்புச் சட்டம் குறித்து பயப்படுகிறார். 'இந்த நாட்டு மக்கள் உங்களைப் போல் வேறு யாரையும் நேசித்ததில்லை. உங்கள் சக்தியை கண்டிப்பாகத் தோற்றுப்போகப்போகிற இந்தச் சட்டத்திற்காகப் பயன்படுத்தி ஏன் விரயமாக்குகிறீர்கள்' என்கிறார். ஆனால், லிங்கன் உறுதியாக இருக்கிறார்.

விரைவில் 13வது சட்டத்திருத்தம் ஓட்டெடுப்புக்கு வரப் போவதை ஒட்டி அவையில் எதிர்த்தும் ஆதரித்தும் விவாதங்கள் நடக்கின்றன.

இதற்கிடையில் அந்த மூவர் குழு ஜனநாயகக் கட்சியினர் ஒவ்வொருவராகத் தொடர்புகொண்டு ஆதரித்து வாக்களிக்கும்படி கோருகிறார்கள்.

ஜேக்கப் கிரேலர் என்பவர், 'ஆதரித்து வாக்களிக்க முடியாது, வேண்டுமானால் ஓட்டெடுப்பில் கலந்துகொள்ளாமல் விட்டுவிடு கிறேன்' என்கிறார். 'அதுவும் சரிதான்' என்கின்றனர். அடுத்து சார்லஸ் ஹான்சன், ஜைல்ஸ் ஸ்டூவர்ட், நெல்சன் மெரிக், ஹோமர் பென்சன், கிளே ஹாப்பின்ஸ் என ஜனநாயகக் கட்சியினரின் 20 ஓட்டுகளைச் சேகரிக்கிறார்கள்.

ஓட்டெடுப்பிற்கான நாளும் வருகிறது. திருமதி லிங்கன் பதற்றத்துடன் அவையின் பார்வையாளர் பகுதியில் அமர்ந் திருக்கின்றார். அதே சமயம் லிங்கன் வீட்டில் தன் கடைசி மகன் விளையாடுவதை புன்னகையுடன் பார்த்துக்கொண்டிருக்கிறார். ஓட்டெடுப்பு தொடங்குகிறது. ஓட்டெடுப்புக்கு ஆம், இல்லை யென்று மாறி மாறி ஓட்டுகள் பதிவாகின்றன. ஜனநாயகக் கட்சி யின் ஜார்ஜ் ஏமன், ஆதரித்து 'ஆம்' என்று சொல்ல, ஜனநாயகக் கட்சியினரின் பக்கத்திலிருந்து 'துரோகி, துரோகி' என்று கத்து கிறார்கள். குடியரசுக் கட்சியினர் ஓடிவந்து அவர் தோளில் தட்டிக் கொடுக்கின்றனர். அடுத்து ஜனநாயகக் கட்சியின் கிளே ஹாங் கிங்சும் ஆதரித்து 'ஆம்' என்கின்றார். ஜனநாயகக் கட்சியினர் அவரைத் திட்டுகின்றனர். 'நீங்கள் என்னைச் சுட்டுக்கொன்றாலும் ஆம் என்றுதான் வாக்களிப்பேன்' என்கிறார்.

அடுத்த அரைமணி நேரத்திற்குள்ளேயே ஓட்டெடுப்பு முடிகிறது. அப்போது சபாநாயகர், 'என் பெயரையும் அழையுங்கள் வாக்களிக்க வேண்டும்' என்கிறார். இதற்கு எதிர்க்கட்சித் தலைவர் கடுமையாக ஆட்சேபம் செய்கிறார். 'சபாநாயகர் ஓட்டளிக்க முடி யாது, இது வழக்கத்திற்கு மாறானது' என்கிறார். 'சபாநாயகர் விரும்பினால் ஓட்டளிக்க முடியும், வரலாற்றில் இதுபோன்று நடந் துள்ளது' என்று கூறும் சபாநாயகர், சட்டத்திருத்தத்திற்கு ஆதர வாக வாக்களிக்கிறார். முடிவில் இரண்டு வாக்குகள் வித்தி யாசத்தில், சரித்திர முக்கியத்துவம் வாய்ந்த அடிமை ஒழிப்புச் சட்டம் அவையில் நிறைவேறுகிறது. குடியரசுக் கட்சியினர் சந்தோஷமாகப் பாடி அதைக் கொண்டாடுகின்றனர். திருமதி லிங்கன் பெரும் நிம்மதியடைகிறார்.

இந்தச் சட்டம் நிறைவேறிய ஐந்தாவது நாள் மாலையில் லிங்கனும், திருமதி லிங்கனும் ஃபோர்டு தியேட்டரில் நாடகம் பார்க்கச் செல்கின்றனர். அங்கு அடிமை ஒழிப்புக்கு எதிரான

சிந்தனையுடைய ஜான் போத் என்னும் நாடக நடிகன் லிங்கனைத் துப்பாக்கியால் சுடுகிறான். வெள்ளிக்கிழமை மாலை சுடப்பட்ட லிங்கன், மறுநாள் சனிக்கிழமை காலையில் உயிர் துறக்கிறார். அத்துடன் படம் முடிவடைகிறது.

தன் பிள்ளைகளின் நலனா, நாட்டு நலனா என்றால், தன் பிள்ளைகளின் நலன்தான் என கணநேரத்தில் முடிவெடுக்கும் தலைவர்கள் நிறைந்திருக்கும் இன்றையச் சூழலில், லிங்கனின் வாழ்க்கை ஆச்சரியத்திற்குரியதாக இருக்கிறது.

அடிமை ஒழிப்புக்கான உள்நாட்டுப் போரில் லட்சக்கணக்கான பேர் உயிரிழந்தனர். அதில் லிங்கனின் மூத்தமகனும் ஒருவர். தன் ஒரு மகன் பலியான பிறகும், இரண்டாவது மகனைப் போர் முனைக்கு அனுப்பினார். ஏன், சிறுவனான தன் எட்டுவயது மகனையும் பெரும்பாலான நேரம் ராணுவவீரர்களுடன் பழக விடுகிறார். ஊர்ப்பிள்ளைகளைப் பலியிட்டு அவர் தியாகியாகி விடவில்லை.

லிங்கன் என்னும் இந்த அமெரிக்கத் திரைப்படம் 2012இல் வெளியானது. இந்தப் படத்தை இயக்கியவர் புகழ்பெற்ற இயக்குநரான ஸ்டீபன் ஸ்பீல்பெர்க். லிங்கன், அவரது திரை வாழ்க்கையில் பெருமைக்குரிய படம்.

அவருக்குப் பெரும் பாராட்டைத் தந்த இத்திரைப்படம் கிட்டத்தட்ட 12 ஆண்டுக்காலப் போராட்டத்திற்குப்பின்தான் உருவாகியுள்ளது.

முதலில் ஸ்பீல்பெர்க் லிங்கனின் முழுவாழ்க்கையைத்தான் படமெடுக்கத் திட்டமிட்டிருந்தார். ஒரு சமயத்தில் டோரிஸ் ஹெலன் என்னும் எழுத்தாளர் லிங்கன் 13வது சட்டத் திருத்தத்தை அவையில் நிறைவேற்ற நடத்திய போராட்டம் பற்றி டீம் ஆஃப் ரிவல்ஸ்: பொலிட்டிகல் ஜீனியஸ் ஆஃப் லிங்கன் என்னும் நூலை எழுதுவதை அறிந்துகொண்டார். ஆர்வமுற்ற ஸ்பீல்பெர்க் உடனே சென்று திரைப்படமாக்குவதற்கான அனுமதிபெற்றார். அதற்கு டோனி குஷ்னர் அற்புதமான திரைக்கதைவடிவம் தந்தார்.

திரைக்கதை தயாராகிவிட்டது. ஆனால், லிங்கனாக நடிக்க சம காலத்தில் உலகின் மகத்தான நடிகர்களில் ஒருவர் எனப் போற்றப்படும் டேனிஸ் டே லீவிஸ் தயாராக இல்லை. மிகக் கடுமையான தேர்வுக்குப் பின்னே தான் நடிக்கும் படங்களைத் தேர்ந்தெடுக்கும் லீவிஸ் பலமுறை ஸ்பீல்பெர்க் கேட்டும் நடிக்க மறுத்துவிட்டார். ஸ்பீல்பெர்க்கும் லீவிஸ் இல்லையென்றால் படம் எடுக்கமாட்டேன் என்று சொல்லிவிடுகிறார். இறுதியில் ஸ்பீல்

பெர்க் உறுதி வென்றது. ஆறு ஆண்டுக்காலத்திற்குப் பின் லீவிஸ் நடிக்கச் சம்மதிக்கிறார்.

சரியென்று சொன்னபிறகும் கிட்டத்தட்ட ஒரு வருடம் தன்னைத் தயார்ப்படுத்திக்கொள்ள வேண்டுமெனக் கூறிவிட்டார். படத்தில் லீவிஸின் அதிஅற்புத நடிப்பைப் பார்க்கும்பொழுது அவருக்காக ஆறுவருடம் என்ன; இன்னும் ஆறுவருடம் காத் திருக்கலாம் என்றுதான் தோன்றுகிறது. படத்தில் லிங்கனாகவே மாறிவிட்ட அவரின் மகத்தான நடிப்புக்குப் பரிசாக சிறந்த நடிகருக்கான ஆஸ்கார் விருது கிடைத்தது. இதுவரை மூன்றுமுறை சிறந்த நடிகருக்கான ஆஸ்கார் விருதைப் பெற்றுள்ள ஒரே நடிகர் இவர்தான்.

லிங்கன் தன் வாழ்க்கையின் கடைசிக்காலத்தில் பயங்கரமான கனவுகள் நிறைய கண்டுள்ளார். தன் இறப்பிற்குப் பத்து நாட்கள் முன்னால், வெள்ளை மாளிகை அருகே தன் சவம் கிடத்தப் பட்டிருப்பதைப் போலக் கனவு கண்டுள்ளார். ஒவ்வொருவரும் இந்தச் சட்டத்தை நிறைவேற்ற ஏன் இத்தனை அவசரம் என்று கேட்ட பொழுதும், லிங்கன் உறுதியுடன் விரைந்து அந்தக் காரி யத்தை முடித்ததன் காரணம், அவர் பின்னே வரப் போவதைக் கண்டுணர்ந்ததால்தானோ என்னவோ.

படத்தின் இறுதியில் கறுப்பினத்தவர்களுக்கு அடுத்து என்னென்ன வாய்ப்புகளை உருவாக்கலாம் என்று அமைச்சரவை சகாக்களுடன் பேசிக்கொண்டிருப்பார். அப்போது ஒருவர் வந்து வெளியில் திருமதி லிங்கன் காத்திருக்கிறார் என்று நினைவுபடுத்த, சட்டெனக் கிளம்பும் லிங்கன் தன் அமைச்சர்களிடம் 'நான் இங்கிருந்து போக வேண்டிய நேரம், என்பார். அடுத்த அரைமணி நேரத்தில் சுடப்பட்டுவிடுவார். சுட்டுக்கொல்லப்பட்ட முதல் அமெரிக்க அதிபர் இவர்தான் என்பது வேதனையான செய்தி.

உலகம் என்பது உயர்ந்தோர்களால் ஆனது என்பார்கள். லிங்கன் தனது 15 வயதில் அடிமைகள் விடுவிக்க வேண்டுமென்று கனவுகண்டார். அந்தக் கனவை 41 ஆண்டுகள் மனதுக்குள்ளே பாதுகாத்து, தனது எத்தனையோ ஆண்டுக்காலப் போராட்டத் திற்குப்பின் அதிபராகும் சந்தர்ப்பம் அமைந்தபோது, அடிமை களை விடுவித்தார். அதன் காரணமாக தன் இன்னுயிரையும் நீத்த லிங்கன் எத்தனை மாண்புக்குரியவர். அதனால்தான் லிங்கன் மறைந்து 150 ஆண்டுகள் கடந்தபிறகும் அவரின் நினைவை உலகம் போற்றிக்கொண்டிருக்கிறது.

❖